झपाटलेली बायको आणि इतर भयकथा

हास्य-विनोदी भयकथा संग्रह

नितेश ठोकळ

Made with ♥ on the Notion Press Platform
www.notionpress.com

"कै. स्मिता ठोकळ (मम्मी) आणि कै. वसंत ठोकळ (पप्पा) ह्यांस अर्पण करीत आहे..."

अनुक्रमणिका

प्रस्तावना

"झपाटेलेली बायको आणि इतर भयकथा" हा 'भयकथा' ह्या कथा श्रेणीतला "हास्य विनोदी भयकथा" हा एक नवीन कथा प्रकार आहे. ह्या कथेत 'भय' आणि 'रहस्य' तितकेच त्यात 'विनोद' देखील आहेत. तसेच कथेतील सर्व पात्रे काल्पनिक असून कथेतील घटना, प्रसंग हे वास्तव जीवनाशी निगडित नसून कथेतील पात्रे व पात्रांची नावे यांचा जिवीत अथवा मृत व्यक्तीशी काही एक संबंध नाही आहे. तसेच जर संबंध आढळल्यास तो एक निव्वळ योगायोग समजावा. ह्या कथा समाजातील रुढी परंपरा, जाती धर्म, भाषा व लोकांच्या प्रति भावना ह्याला कुठलाही प्रकारची ठेच लागणार नाही ह्याचा मी पूर्णपणे विचार केला आहे. तर हे पुस्तक भूत-प्रेत, दैववाद वाढ करत नसून वाचकांची केवळ निव्वळ करमणूक करणे हाच माझा त्यामागचा एकमात्र हेतू आहे. माझ्या कथा जरी काल्पनिक असल्या तरी माझ्या लेखन शैलीचा एक भाग म्हणून त्या वाचताना खऱ्या असल्याचा भास करून देतात.

ज्यांचा भूत-प्रेत गोष्टींवर विश्वास नाही आहे त्यांना माझ्या गोष्टींतुन वास्तविक जीवनात भूत असल्याची चाहूल नक्कीच कुठेतरी लागेल. 'भूत' हा विषय इतका गूढ आणि गहन आहे की याचा अभ्यास शेकडो वर्षांपूर्वी करण्यात आला होता. भूतांचे प्रकार, प्रेतांचे प्रकार, आत्म्याचे प्रकार, त्यांचे वैशिष्ट्य तसेच भुतांच्या सवयी, लक्षणे, वास्तव्याची शक्यता, जाणीव, आढळ इत्यादींचा शोध आधीच लागला आहे. तर 'भूत हि केवळ कल्पना आहे' असे म्हणणारे आजवर 'देव आहे' हे सुध्दा सिद्ध करू शकलेले नाहीत. तसेच जर देव आहेच मग पुराणामध्ये भूत प्रेत, आसुरे ह्यांचाही उल्लेख आहेच. देव आहेत तर मग भुतं सुध्दा आहेच असं मानणाऱ्यांचा देखील एक वर्ग आहे. जशी देव असल्याची जाणीव कधी काहींना होते तशी आयुष्यात कधीतरी, कुणालातरी आणि कुठेतरी भूत असल्याची नी पाहील्याची जाणीव देखील होते. म्हणूनच

भूत नावाची संकल्पना जन्माला आली. पण ज्यांना भूत हा विषय फार भयस्पद वाटतो. त्यांनी माझ्या कथा वाचून हसत हसत भयाला सामोरं जावं. कारण माझ्या कथांत मी मुद्दाम हास्याची जोड लावली आहे, जेणेकरून केवळ घाबरवण्याचा हेतू मोडून त्यात विनोदाची जोड सुध्दा मांडलेली आहे.

"झपाटलेली बायको" हि कथा सर्वप्रथम प्रतिलिपी ह्या वेबसाईटवर भूलभुलैया ह्या स्पर्धेसाठी प्रकाशित झाली आणि त्या कथेस द्वितीय पारितोषिकाने गौरवण्यात आले. तसेच इतर कथा "झपाटलेला मित्र" आणि "असतील शिते तर जमतील भूते" ह्या कथेस सर्वोत्कृष्ट कथा म्हणून 'म्हणींची दुनिया' ह्या कथा स्पर्धेत प्रमाणपत्र देऊन सन्मान करण्यात आला. तर कथा "गावाकडचं दडलेलं रहस्य" ही कथा कथास्पर्धा 'गोष्टी गावाकडच्या' ह्यात सर्वोत्कृष्ट कथा म्हणून पहिल्या पाच कथांत स्थान मिळवलं.

म्हणूनच मी "झपाटलेली बायको आणि इतर कथा" ह्या माझ्या रचनेत वरील कथांचा समावेश करण्यात आला आहे. तर माझ्या इतर कथा देखील तितक्याच दर्जेदार आहेत ज्या आत्तापर्यंत जास्तीत जास्त वाचकांनी वाचून ह्या सगळ्या कथांस उच्च पातळीच्या दर्जेदार कथा म्हणून स्थान दिलं आहे.

माझ्या सगळ्याच कथा ह्या "हास्य विनोदी भयकथा" प्रकारात लिहिलेल्या आहेत. कदाचित हा "हास्य विनोदी भयकथा" प्रकार तुम्हाला अनोळखी असेल म्हणूनच आपल्याला ह्या प्रकारची ओळख व्हावी यांसाठी आपल्याकरिता "झपाटेलेली बायको आणि इतर भयकथा" ह्या कथा संग्रहाची निर्मिती मी केली आहे.

लेखक
नितेश ठोकळ

ऋणनिर्देश, पावती

मी लेखक नितेश ठोकळ, माझ्या लिखाणामध्ये मला मदत करणारी माझी सौ. चैताली ठोकळ आणि चि. आराध्य ठोकळ ह्यांचाही तितकाच हात आहे. हयान सर्वांचे मी मनापासून आभार मानतो.

तर आपण सर्व वाचक वर्ग, माझ्या कथांना वाचण्यास सुरुवात केली त्यासाठी मी आपला अत्यंत मनापासून आभारी आहे.

धन्यवाद!

नांदी, प्रस्तावना

भुतांचा उल्लेख इतिहासात, कथा सहित्यात, पुराणात सापडतो. भूत ही केवळ एक कल्पना आहे असे म्हणणाऱ्यांना मी सांगू इच्छितो की देव काळात भुतांचा वावर होता ह्याच्या गाथा अजुनही गावागावांत सांगितल्या जात आहेत. तर काहींचा उल्लेख पुराणातही आढळतो.

जसे शंकर महादेव, ह्याचं नाव भूतनाथ सुद्धा आहे. महादेव केवळ देवी देवतांचे आणि मनुष्यांचे भगवान नाहीत तर भूत-प्रेत, दानवांचे सुद्धा भगवान आहेत. महाशिवरात्रीच्या दिवशी शंकर भगवान आणि पार्वतीदेवी ह्यांचा विवाह सोहळा संपन्न झाला. ह्या दिवशी त्यांच्या विवाहामध्ये प्रत्येक मनुष्य, प्रत्येक पशू-पक्षी, जीव-जंतू आणि भूत-प्रेतही त्यांच्या वरातीत सामील झालेले.

तसेच आज मी तुम्हाला अशा प्राचीन, पौराणिक मंदिराबद्दल सांगतो, ज्या मंदिराचे नाव आहे भूतनाथ मंदिर! हे मंदिर सर्व भूतांनी एकत्र येऊन बनवलं नी तेही एका रात्री. हे मंदिर हापुड मधल्या दतिया गावात स्थित आहे. हे मंदिर भूतांनी बनवलं म्हणून त्याला 'भूतनाथ मंदिर' म्हणतात. हे मंदिर इतके प्राचीन आहे की हे मंदिर अजूनही जसच्या तसं आहे. शिवाय फक्त कळसालाच काई लागली आहे बाकी मंदिर सलामत आहे. ह्या कळसाला काई अशामुळे लागली की ह्या मंदिराचा कळस भूतांनी बांधला नव्हता.

जेव्हा भूतं मंदिर बांधत होते तेव्हा बनवता बनवता सकाळ झाली आणि मंदिराच्या कळसाचे काम अपूर्ण राहिले. तेव्हा अर्धवट काम सोडून भूतांना जावं लागलं. काही दिवसांनी तेथील स्थानिक लोकांनी ह्या मंदिराच्या कळसाचे अपूर्ण काम पूर्ण केले. त्यामुळे ह्या मंदिराच्या कळसालाच काई लागली आहे बाकी मंदिर आहे तसेच आहे. कितीही नैसर्गिक आपत्ती आली आणि गेली तरीही मंदिराला काही धक्का बसला

नाही, अशी ही आख्यायिका प्रचलित आहे.

म्हणून जर का प्राचीन काळापासून राक्षस, दानव, भूत-प्रेत ह्याचा उल्लेख कुठेना कुठे तरी, कुठल्या न कुठल्या लिखित, भित्तीचित्रे ह्या स्वरूपात आढळतो. म्हणजे भूतं होती आणि आता देखील आहेत. आयुष्यात प्रत्येकाला भूतांच्या कहाण्या कानावर ऐकु आलेल्याच असतात. पण त्यातली भिती हिच मनात कायम राहते. म्हणून मी 'भिती तितका विनोद' हा प्रयोग माझ्या कथांत केला गेला आहे. वाचकांनी हसत हसत भूतांच्या गोष्टी वाचव्या यासाठी मी "झपाटलेली बायको आणि इतर भयकथा" हे पुस्तक आपणासाठी लिहिलं आहे. तसेच त्या अजुन रोचक बनवण्यासाठी मी त्या काल्पनिक कथांना खरे घडते आहे असे भासवण्यचा प्रयत्न केला आहे. मला आशा आहे की ह्या कथा आपण वाचून भूतांच्या दुनियेत जावे आणि कथेचा आनंद घ्यावा!

धन्यवाद हे पुस्तक वाचत आहात त्या बद्दल!

नितेश ठोकळ
लेखक

niteshthokal@gmail.com

1

झपाटलेली बायको

~~~~~~

"अगं चल! चल ना ...?? काय झालं ...???"

'हि' म्हणजे माझी बायको. भररस्त्यात चालायची थांबली. तेही १२-१२:३० च्या काळोखी रात्री नी आडवाटेला. तशी ती एवढी काही आडवाट नव्हती नी एवढा काळोख देखील नव्हता की समोरचं काहीच दिसत नव्हतं. मस्त चंद्राचं चांदणं पडलं होतं. माझा रोजचाच रस्ता. हो! पण एकदाका गावा ठिकाणी अंधार पसरला की रस्ता असो की काय बी असो संपूर्ण परिसर भयाण दिसू लागतो. त्यातल्या त्यात एक आनंदाची गोष्ट म्हणजे माझं दोन दिवसांपूर्वीच लग्न झालं. तेव्हा काल हिचा भाऊ हिला माहेरी घेऊन गेला. तर आज मी हिला परत आणण्यासाठी सासरी आलो होतो. तसा थोडा उशीरच झाला सासुरवाडीहुंन निघायला. कारण... कारणच तसं होतं. हिच्या घरी आज मटणाचं जेवण! त्यात ह्यांनी सगळ्यांनी मला भरभरून वाढलं. जसं इतर जावयांचा पाहुणचार करतात ना तसं! आणि मीही त्यांना नको-नको करता-करता मरेस्तोवर जेव-जेव जेवलो. जेवण झाल्यावर दोन पॅक सासऱ्यांनी जबरदस्ती नको-नको म्हटलं तरी आग्रहाने पाजलेच! मग आता थोडी हलकिशी मला चढलेली आहे. त्यात आता हि नाटक करत आहे. का कुणास ठाऊक? हि मधेच गाडी बंद पडते तशी रस्त्यात चालायची बंद का पडली आहे.

"अगं चल की!!! रात्रीची वेळ हाय आणि अशी गप्प उभी राहून काळोखात

काय बघते हायेस? आपण फिरायला नाही आलो हाय. घरी चल की?"

तशी चूक माझीच आहे म्हणा. सासरेबुवा आम्हाला गाडीनं घरापर्यंत सोडणार होते. पण मीच "नको!" म्हणालो. कारण कोकणातील रायगड जिल्ह्यातील "खेडेवजा" हे एक छोटंसं गाव, म्हणजे हिचं माहेर. आणि सुमारे १ किलोमीटरवर हिच्या गावापासून थोड्याच अंतरावर आहे माझं गाव ते म्हणजे "रांजणगाव". ह्या दोन्ही गावांमध्ये अवघं १०-१५ मिनिटांचं अंतर. म्हणून मी "गाडी नको आम्ही चालत जाऊ!" असा निर्णय घेतला. पण आता घोडं कुठं अडलं हाय? नी हिचा काय प्रॉब्लेम झाला हाय तेच कळत नव्हतं?

मी हिचा हात पकडला आणि हिला खेचत-खेचत ओढून घेऊन जाऊ लागलो. पण तसं नेणं मलाच जड जाऊ लागलं. म्हणून मी तिला उचलून घेऊन जाऊ का? याचा विचार करू लागलो. तितक्यात मला हिचं उग्र रूप दिसलं. हि माझ्यावर घोगऱ्या आवाजात डाफरायला लागली, माझ्याकडे बघून किंचाळायला लागली, स्वत:च्या केसांची ओढाताण करू लागली, रडत-रडत मधेच जनावर जसं हंबरडा फोडते तशी ओरडायला लागली. तिच्या त्या आक्रोशाने दाही दिशा घुमू लागल्या. दूर-दूर पर्यंत एक चिटपाखरू पण दिसत नव्हतं. हिचं आतापर्यंत दोन पायांवर बसून घसा फाटेस्तोवर किंचाळणं सुरु झालं होतं. मला अशा परिस्थितीत काय करावं तेच सुचत नव्हतं. खाली पडलेली एक काठी मी सोबत हातात घेतली. बायकोचा विकृत नी भयानक प्रकार पाहून मला तर भोकाड पसरावसं वाटलं.

अचानक कुठं काय बिनसलं कुणास ठाऊक?

माझी बायको सरकन बाजूच्या झाडीत धडपडत-धडपडत पळाली आणि एकाएकी गायब झाली. मी सुद्धा तिच्या मागोमाग धावत सुटलो. झाडी संपल्यावर एक पायवाट सरळ गेली होती. चांदण्या प्रकाशात मला दूर पर्यंतचा रस्ता स्पष्ट दिसत होता. त्यापुढे घनदाट जंगल सुरु होत

होतं. त्यामुळे मी मागे फिरलो. आणि चालता-चलता ठरवलं की पुन्हा सासुरवाडीला जाऊन घडलेला सगळा प्रकार घरच्यांना सांगावा.

दारावर 'खट... खट... खट...'

रात्रीची १-१:३० ची वेळ. पण लोकं मध्यरात्र झाल्याप्रमाणे अर्ध्या झोपेत होती.

"कोण आहे?" आतून आवाज आला.

"मी आहे!" घाम पुसत मी म्हणालो.

"अगोबाई! जावईबापू!!!" (दरवाजा उघडत)

"जावईबापू? आपण?? इकडे?? परत का आलात?? सगळं ठीक तर आहे ना??? मुलगी कुठे आहे माझी ???" (सगळ्या चिंता सासूबाईंना एकाचवेळी एकामागूनएक येत सुटल्या)

"कोण आहे गं?" आतून सासरेबुवांचा आवाज आला.

"अहो! आपले जावईबापू!" डोक्यावर पदर घेत सासूबाई म्हणाली.

"जावईबापू इतक्या रातच्याला आणि माघारी आले आहेत? (सासरेबुवा चष्मा डोळ्याला लावत नी दंडाला खाजवत बाहेर आले)

मी सुन्न होऊन उभा होतो.

"जावईबापू बोला! काय झालं? माघारी का आलात?" सासरेबुवांनी विचारलं.

आता मला सगळं सांगणं त्यांना भाग होतं. कारण काहीही झालं तरी ती

त्यांची पहिली मुलगी मग माझी बायको.

सुमारे २ वाजायला १० मिनिटे असतील.

"तर हे सगळं असं घडलं आणि मी येथे आलो..." घडलेली सगळी हकिकत मी सासरेबुवा आणि सासूबाईंना सांगितली. लांबूनच लपून सगळं ऐकणारा माझ्या बायकोचा भाऊ दाराच्या आडोश्याला उभा होता.

सासरेबुवा डोळयावरचा चष्मा काढत मला म्हणाले, "तुम्ही खुळे का हो जावईबापू? इडके का आलात? तिकडेच खेडेवजा पोलीस स्टेशनमध्ये रिपोर्ट करायची होती ना?" सासरेबुवा नकारार्थित मान हलवून माझा झालेला मूर्खपणा मला दाखवून देत होते.

"आता तेव्हा तितकं नाही सुचलं..." मी हळुवारपणे सासुबाईंकडे बघत म्हणालो.

"तुम्हाला नाही कळत तर आमचं तरी ऐकायचं होतं? मी म्हणालो होतो ना की आम्ही तुम्हा दोघांना गाडीने घरापर्यंत सोडतो ते ह्यासाठी...! (क्षणभर विराम घेऊन) आणि तरीदेखील तुम्ही नाही ऐकलत...!" मगासचे मला मटण वाढ-वाढ करणारे आणि आग्रहाने दोन पॅक पाजून नी उतू जाईस्तोवर मान देणारे ते हेच का सासरेबुवा? कारण आता तेच सासरेबुवा माझा उट-सूट अपमान करायला लागले होते.

"माफ करा! पण आता काय करायचं त्यावर बोलूया का?" मी माफी मागून नम्र विनंती केली.

"अहो! माफी मागून माझी पोर काय परत येणार आहे का?" सासूबाई हुंदके देऊन रडायला लागली.

सासरेबुवांनी अंगात शर्ट घातला आणि सासूबाईंना म्हणाले, "येतो मी!"

आम्ही दोघं खेडेवजा पोलीस स्टेशन मध्ये...

"साहेब! तर हे सगळं असं घडलं..." मी इन्स्पेक्टरला घडलेलं सगळं नीट सविस्तर सांगितलं.

"तुम्ही सांगताय ते कशावरून? म्हणजे काही पुरावा आहे का तुमच्याकडे?" इन्स्पेक्टरने एफ.आई.आर. लिहिता-लिहिता मला विचारलं.

"पुरावा तर... काही नाही आहे." 'पुरावा' ह्या शब्दाला मी अडखळलो. कारण पुराव्याचा मी विचारच केला नव्हता.

"पुराव्या शिवाय आम्ही कशी काय चौकशी करणार?" इन्स्पेक्टर मला म्हणाले.

"साहेब बघा ना! काही होतंय का ते... माझी पोर आहे हो ती..." सासरेबुवा दोन्ही हात जोडून विनंती करू लागले.

"बरं! तुम्ही मुलीचा फोटो आणि तुमचा फोन नंबर देऊन ठेवा. आम्ही तपास करतो नी काही माहिती हाती लागते का ते पाहतो."

"साधारण... किती वेळ लागेल?" मी विचारलं.

"हे बघा! आता तर तुम्ही एफ.आई.आर. केली आहे. तर उद्या सकाळी आमचा हवालदार घटनास्थळी जाऊन चौकशी करून येईल." इन्स्पेक्टर म्हणाले.

"अहो!!! उद्या कशाला??? आत्ताच चला की!!! ती एकटी आहे तेथे... उगाच काही बरं वाईट झालं तर???" मी सैरभैर होऊन त्या इन्स्पेक्टरला

म्हणालो.

"जावईबापू! त्यांना त्यांच्या परीने प्रयत्न करू द्या!" सासरेबुवा वचकन माझ्यावरच ओरडले.

इन्स्पेक्टर एक हात दाखवून सासरेबुवांना शांत करत मला म्हणाले, "कुठे जाऊ आम्ही? म्हणजे कुठे गेली असेल तुमची बायको? हे नक्की काही सांगता येणार का तुम्हाला?"

"तुम्हाला सांगितलं ना की... ती त्या गावच्या वेशी जवळ एक तळं आहे, त्या पलीकडे एक पिंपळाचं झाड आहे, तेथेच हा सर्व प्रकार घडला आणि मग ती तळ्याच्या विरूद्ध बाजूला जी झाडी आहे तेथून धावत सुटली. ती पुढे कुठे गेली ते माहीत नाही... पण हो! तरीदेखील ती ज्या दिशेने धावत गेली त्या दिशेने मी धावत गेलो. झाडी संपली की एक कच्चा रस्ता सुरु होतो तो थेट रांजणवाडी जंगलाच्या दिशेने जातो. मला शक्यता आहे की ती तेथेच गेली असावी."

"म्हणजे ती रांजण गावाकडे गेली. कारण जंगल तेथूनच सुरू होते. तुम्ही एक काम करा. तुम्ही रांजणवाडी पोलीस स्टेशनमध्ये जा आणि तेथे रिपोर्ट नोंदवा. कारण आमची ती हद्द नाही आहे." इन्स्पेक्टर साहेब दोन्ही हात वर ताणून आळस देत म्हणाले.

साधारण ३ वाजायला १५ मिनिटे असतील...

सासरेबुवांचा माझ्यावर राग येणे साहजिकच होतं. कारण घडलेल्या गोष्टीला माझ्या शिवाय दुसरं कुणीच जबाबदार नव्हतं. सासरेबुवा आणि मी, आम्ही दोघं पोलीस स्टेशन बाहेर पडलो. सासरेबुवां कसल्यातरी विचारात गुंग असल्याचे मला जाणवले, तर काहिसे चिंतित.

"चला! आपण रांजणवाडी पोलीस स्टेशनमध्ये जाऊया" मी सासरेबुवांना म्हणालो.

सासरेबुवां भानावर आल्यासारखे हडबडून म्हणाले, "नाही! नाही! ते शक्य नाही!"

"का?" मी विचारलं.

"जावईबापू! मी काही आता काही येणार नाही रांजणवाडीला... तुम्हीच जावा!" सासरेबुवां घोंधळलेले दिसत होते.

"अहो पण? असं कसं बोलताय? मी एकटा कसा जाऊ??"

"हे बघा जावईबापू! रांजणवाडी हे तुमचं गाव आहे. मुलीचं लग्न लावून दिलं आता ती सासरी गेली. म्हणजे सगळी जबादारी आता तुमची! तेव्हा तुम्हीच बघा काय करायचं ते. मी तर चाललो माझ्या घरी!" सासरेबुवांच हे बोलणं ऐकून मी अचंभित झालो.

"अहो असं कसं म्हणाताय की लग्न लावून दिलं आणि जबादारी संपली? तुमची मुलगी अजुन नांदली तरी का आमच्या घरी? तसं पण मी तुमच्या घरी आलेलो तिला घ्यायला आणि आता तुमच्या गावाहून ती बेपत्ता झाली आहे." मी पण आता थोडा जाबदारीच्याच गोष्टी करू लागलो.

"हे बघा! मी आता आलेलो ना येथे पोलिस स्टेशनमध्ये? काय सांगितलं त्यांनी? की ही हद्द आमची नाही. ती रांजणवाडीच्या जंगलात शिरली आहे. म्हणून आता ती तुमच्या गावी म्हणजे तिच्या सासरच्या गावात आहे. तेव्हा तुम्हीच तिला शोधा! आमच्या गावात हरवली असती तर आम्ही शोधली असती." सासरेबुवांनी छातीठोकपणे हे मला सांगितलं.

"अहो पण आता ह्यावेळी तुमच्या मुलीला शोधणं जास्त गरजेचं आहे.

पण तुम्ही आता ह्या क्षणी तुमचं-आमचं काय करताय? लग्न झालं म्हणजे मुलीला एका दिवसात विसरले का?? अजुन धड ती आमच्या घरी राहायला पण आली देखील नाही. शिवाय माझ्या घरचे आमची वाट बघत असतील ते वेळगे!" मी पण आता वैतागतच उत्तर दिलं.

आता सासरेबुवां हुंदके देत रडू लागले. मी जे काही बोललं ते सासरेबुवांच्या मनाला लागलं आणि त्यांनाही कर्तव्याची जाणीव झाली असा माझा भ्रम तुटला. जेव्हा मला सासरेबुवांनी असं काही सांगणं सुरू केलं ज्यावर माझा विश्वास बसतच नव्हता.

सासरेबुवांनी सांगायला सुरवात केली, "जावईबापू... मी काही मुलीला एकटं टाकून देऊन माझे हात वर करत आहे की पळवाटा शोधत आहे, असे नाही. खरं काय आहे ते मी तुम्हाला सगळं सांगतो. तुम्ही मगाशी पोलीस स्टेशनमध्ये इन्स्पेक्टरला काय म्हणालात? की माझी मुलगी झाडीतून तळ्याच्या लगत लागणाऱ्या पायवाटेवरून रांजण जंगलाच्या वाटेला लागली. ह्यावरून मी कळून चुकलेलो की... की... माझी मुलगी काही परत यायची नाही... (सासरेबुवां आता लहान मुलासारखे अश्रू ढाळून रडू लागले) हे बघा! तुम्ही मुंबईत शिकेलेली-राहिलेली लोकं ह्यावर लगेच विश्वास बसणार नाही. पण गेले कित्येक वर्ष चाललेल्या त्या जंगलं वाटच्या धुमाकूळ मजवणाऱ्या खबरांमूळे मी ठामपणे सांगू शकतो की माझी मुलगी आता परत काही यायची नाही..." (सासरेबुवां आता अजूनच मोठ्याने हुंदके देऊन ढसा-ढसा रडू लागले)

"अहो पण असं का??? तेथे माणसं पळवण्याची टोळी-बिळी वैगरे आहे का की तेथे कुणी गेलं तर परत येत नाही ते?"

"नाही जावईबापू! माणसं नाही भुतं आहे त्या ठिकाणी भूतं!"

"काहीही काय बोलताय सासरेबुवां? मी नाही मानत अशा भाकड खबरांना..."

"तुम्ही माना नाही तर नका मानू पण आमच्या गावचे सरपंचासहित सगळ्याच लोकांना ह्याचा अनुभव आलेला आहे. तर काहिक जणांनी त्या जंगल वाटेवर भुतं पाहिल्याचे सुद्धा किस्से सांगितले आहेत. तसेच मगाशी पोलीस इन्स्पेक्टरने सुध्दा टाळा-टाळ केली तेही ह्याच कारणामूळे... जेव्हा तुम्ही जंगलाची वाट म्हणालात ना?! त्यावरूनच मी काय समजायचं ते समजून गेलो. इन्स्पेक्टरच्या डोळ्यातली भिती बघूनच मी जाणलं की आता काहीही होऊ शकत नाही. येथे अशाच किती केसेस त्यांच्याकडे पडून राहिल्या आहेत. पण अजूनपर्यंत त्या ठिकाणी नाही कोणी हवालदार गेला नी नाही कुणी कसली माहिती मिळवली. आमच्या गावची एस.टी. बस, आदिवासी, पोलीस सुध्दा त्या वाटेला जात नाही. जावईबापू! जेव्हा तुम्ही गावच्या वेशीवर असलेलं 'पिंपळाचं झाड' म्हणालात ना तेव्हाच मी समजून गेलेलो की हा सगळा भूताने झपटल्याचा प्रकार आहे. आमच्या गावाला येणारे नवखे चुकून रस्ता भटकतात आणि जरका ह्या पिंपळाच्या झाडा आसपास कुणी भटकलं तरी भूतं त्यांना झपटतात नी, ह्या गावातून रांजण गावच्या जंगलात घेऊन जातात. असं म्हणातात की तेथे शेम् टू शेम् असच पिंपळाचं झाड आहे त्यावर हि सगळी भूतं वास करतात. पण त्या पळवलेल्या व्यक्तीचं काय करतात ते अजून काही कळू शकलेलं नाही. पण आजवर जो कुणी त्या वाटेला गेलं त्यो पुन्हा कधी परतलं नाही..."

मला सासरेबुवा जे जे काही सांगत होते ते ते माझ्या मनावर बिंबत जात होतं की 'आता माझी बायको मला परत काही सापडणार नाही. आता बापानेच मुलीचं सापडणं अशक्य करून टाकलं तर... मी तर तिचा 'एक दिवसीय नवरा' आहे.

साधारण ३ वाजून १५ मिनिटे झाली असतील...

मी माझ्या घरी परतलो. माझ्या घरी घडलेला प्रसंग मी सगळा माझ्या घरच्यांना सांगितला. शिवाय मला जी सासरेबुवांनी माहिती दिली तीही

मी त्यांना सविस्तर सांगितली. सगळेजण टेंशनमुळे झोपतच नव्हते.

माझे बाबा माझ्याशी जास्त काही कधी सहसा बोलत नाहीत (तसा त्यांचा स्वभावच आहे त्यामुळे) ते माझ्या समोर आले आणि त्यांचे दोन्ही हात पाठीमागे एकात एक ठेवून मला म्हणाले, "तुला जे योग्य वाटतं ते तू कर. उगाच कुणी अमुक सांगते आहे म्हणून तमुक करू नकोस. स्वतःला जे पटेल तेच कर!"

"पण बाबा मी एकटा? मला वाटते की जावं तिला परत आणण्यासाठी. पण... मला कुणीतरी सोबत हवं आहे."

"मी आलो असतो तुझ्या सोबत पण... मी माझ्या पायाच्या दुखण्यापायी नाही येऊ शकत. हो! पण एक काम करू शकतो. तू मला हा नवीन मोबईल घेऊन दिला आहे ना! तर तो सतत चालू ठेव म्हणजे मी तुला फोन वरून मार्गदर्शन करेन. जर काही संकट आलं तर मी तुला काय कर आणि काय नको ते फोन वरून सांगेन."

"हो! ते आपण करू शकतो. पण..."

"आता पण काय? घाबरत आहेस का तू?"

"घाबरत नाही आहे बाबा! पण... थोडीशी भीती वाटत आहे."

"हे बघ! आपण अग्निहोत्री आहोत अग्निहोत्री...!!! आपलं आडनावच पुरेसे आहे आपल्यात धाडस येण्यासाठी. घे मशाल हातात आणि चल निघ आता!"

साधारण ३ वाजून ३० मिनिटे झाली असतील...

मी मशाल वैगरे काही हातात नाही घेतली तर एक साधा टॉर्च हातात

घेतला नी मी जंगलाच्या वाटेने निघालो. मोबाईल खिशात होता नी मी कानात घुसवलेल्या हेडफोन्स द्वारे बाबांचा फोन कॉल चालू होता. सध्यातरी काही प्रोब्लेम दिसत नव्हता.

अचानक समोरून मला एक बाई येताना दिसली. मला वाटलं की हि माझी बायकोच असावी जी मला शोधत असेल. पण कोणतरी दुसरीच बाई होती. तिच्या चेहऱ्यावर मी टॉर्च मारला तर एक चाळीशीची विद्रूप तोंडाची बाई होती. तिचा चेहरा पांढरा पडला होता, डोळ्यांच्या खोबण्या आत गेलेल्या होत्या, आणि केसं विस्परलेले होते. ती बाई माझ्यासमोर काही अंतरावर येऊन उभी राहिली.

"बाबा एक विचित्र तोंडाची बाई माझ्या समोर उभी आहे काय करू?" मी बाबांना कानात घुसवलेल्या हेडफोन्स द्वारे विचारलं.

"तिच्याशी काही न बोलता तिच्या बाजूने पुढे चालायला लाग."

"पण बाबा! एवढ्या रात्री...आणि ती एकटी..."

"मी तुला सांगितलं ना तेवढच कर! उगाच दुनियादारी करायला जाऊ नकोस. आणि हो! तिच्याशी काही बोलू सुद्धा नकोस!"

मी तिच्या बाजूने पुढे निघून गेलो.

आता माझ्या मागे मागे कुणीतरी येतेय असं मला जाणवलं.

"बाबा! माझ्या मागे-मागे कुणीतरी येतेय."

"येऊ दे! पण तू मागे वळून पाहू नकोस!"

"बाबा! तुम्ही संगण्या अगोदरच मी मागे वळून पाहिलं हो! ती तिच बाई

आहे."

"अरे देवा! तू कशाला पाहिलंस मागे? आता एक काम कर पुन्हा एकदा मागे वळ."

"कुठल्या दिशेने फिरू उजव्या की डाव्या?"

"अरे तिच्या बरोबर लग्न प्रदक्षिणा घालायच्या आहेत का तुला?"

"इश्य! नाही हो बाबा! आय एम जस्ट मॅरिड, यु नोव ना बाबा." (लाजून)

"आता तुला असा जस्ट मारिन ना नरसाळ्या! अरे मी तुला विचारत नाही आहे रे! तुला टोमणा पण मारलेला तुला कळत नाही का? फिर मागे लगेच!" (बाबा ओरडून)

"ओके! फिरलो मागे आता?!" (मी मागे थांबलो तर ती बाई सुध्दा चालायची थांबली)

"तिच्या जवळ जा." (बाबा गंभीरपणे म्हणाले)

"इश्य! नाही हो बाबा! काहीपण काय सांगताय?"

"मूर्खा! मी फोन मधून तुझ्या कानशिलात आवाज काढेन त्याच्या आत तिच्या जवळ जाऊन तिच्या कानशिलात आवाज काढ!"

"बाबा?? मी??"

"हो तूच! आणि अशी वाजव की तुझा सगळा राग त्या वाजवलेल्या कानशिलातून बाहेर पडला पाहिजे."

मी तिच्या कानशिलात "खाडकन!" लगावली. ती दूरवर जाऊन गटांगळ्या खात पडली. मी मागे न बघता आता पुन्हा पुढे चालू लागलो.

अर्धा तास मी फक्त चालतच होतो.

समोर घनदाट जंगल होतं, दाट झाडं नी मिट्ट काळोख... घुबडांचा वूह... वुह...आवाज, किरकिरणाऱ्या किड्यांची किरकिर... चिरचिरणाऱ्या कीटकांची चिरचिर... आणि सरपटणाऱ्या प्राण्यांची सरसर... मला एकसारखी ऐकु येत होती. तेवढीच त्यामुळं जंगलाची शांतता भंग होत होती. तर माझ्या टॉर्चच्या प्रकाशामुळे झोप उडालेल्या पक्ष्यांची कुरकुर... पण मला स्पष्ट ऐकु येत होती.

मी चालता चालता मधेच जेथे होतो तेथेच थांबलो. माझ्या पायाची जमीन सरकली. जेव्हा मी समोर असं द्रुश्य पाहिलं. मी लगेच बाबांना म्हणालो, "बाबा मी आता पुढे नाही जाऊ शकणार!"

"अरे का रे! काय झालं रे?!"

"बाबा समोर..."

"हा! काय आहे समोर..."

"समोर..."

"आता तू सांगतोस की ....?" (बाबा रागात ओरडले)

"समोर रस्त्यात खूप सारी लोकं मरून पडली आहेत. तर काही झाडाला गळफास लावून लटकली आहेत आणि ही लोकं खूप मोठ्या संख्येने आहेत. दूर-दूर पर्यंत पसरलेली आहेत."

"तू थांबू नकोस! सरळ जात रहा आणि त्यांच्यात तुझी बायको सापडते का तेह पहा. हे बघ! आता एवढ्या लांब पोहचलाच आहेस तर घेऊनच ये तिला."

बाबांनी सांगितल्याप्रमाणे मी प्रत्येकावर टॉर्च मरून माझी बायको सापडते आहे का ते पाहू लागलो.

"बाबा! एक प्रोब्लेम झाला आहे हो!"

"आता काय झालं???"

"मी जितक्या मृतदेहांना हात लावून सरळ करून पाहिलं त्या सगळ्या स्त्रिया होत्या."

"हा मग प्रोब्लेम काय आहे?"

"मी मागे वळून पाहिलं तर..."

"हा तर काय???"

"...तर त्या सगळ्या जिवंत होऊन उभ्या राहिल्या आहेत."

"अरे देवा!!! तू त्या मेलेल्या लोकांमध्ये का शोधत आहेस तिला??!!"

"बाबा तुम्हीच तर मला म्हणाला होतात ना की त्यांच्यात बायको दिसते का ते पहा आणि एवढ्या लांब पोहचलाच आहेस तर घेऊनच ये तिला तर मी नीट टॉर्च मारून पाहत होतो."

"अरे पण कोणी जर जिवंत असेल तरच! तू आधिच का ठरवतो आहेस की ती जिवंत नाही असं? ती जिवंतच आहे हेच मनात ठेव. मगच ती तुला जिवंतच असल्याची दिसेल! बी पॉसिटीव्ह! तू तुझं बायकोला शोधणं चालू ठेव. घाबरु नकोस!!!"

"पण बाबा आता ह्या ज्या उभ्या राहिलेल्या आहेत आणि माझ्या दिशेने

येत आहेत त्यांचं काय करू???"

"सेल्फी काढ...सेल्फी! त्यांच्या बरोबर!! आता काय सांगू तुला??? तुला माहिती आहे ना काय करायचं आहे ते???"

काही मिनिटांनंतर...

"बाबा तुम्हाला फोटो व्हॉटसअप केले आहेत बघा!"

"काय व्हॉटसअप केलंय??!!"
    "फोटोज्"
    "कसले फोटोज्?"

"सेल्फी फोटोज्!"

"अरे देवा!!! अरे...मी शब्दशः नाही म्हणालो रे सेल्फी काढायला त्या भूतांबरोबर... भूतं आहेत रे ती भूतं!!!"

"बाबा मग काय करू?!"

"अरे पळ तेथून... पळत सूट!!!"

"आणि पळता पळता बायको कुठे दिसतेय का तेही पहा! पण जिवंतच बायको बरं का!"

मी भूत मागे लागल्यावर जसं धावतात तसच धावत सुटलो आणि माझ्या मागे भूतं धावत सुटली होती. पायाखालची सुकलेली पानं तुडवीत होतो. पळता पळता मी बराच पुढे आलेलो होतो. आता भूतं पण दिसत नव्हती. पण माझ्या मोबाईलचा नेटवर्क गेला, त्यामुळे बाबांशी संपर्क तुटला.

समोर एक बाई एका दगडावर बसलेली आणि गाणं गुणगुणत होती. मी तिच्या जवळ जाऊन तिच्या चेहऱ्यावर टॉर्चचा प्रकाश टाकला तर 'ही तर माझी बायको!!!'

बायको सापडल्याचा आनंद प्रचंड झालेला. तिही मला बघून खूप प्रसन्न झालेली. तिला घेऊन मी माझ्या गावच्या दिशेने निघालो. रस्त्यात ती काहीच माझ्याशी बोलत नव्हती तर, मी विचारलेल्या प्रश्नांची उत्तरे देखील देत नव्हती. कदाचित घाबरली असेल किंवा तिला जास्त काही बोलायचं नसेल किंवा ती मला लाजत असेल म्हणून फक्त माझ्याकडे बघून स्मित हास्य देत आहे. असं मी गृहीत धरलं.

तशीपण पहाट झालेली. मी घरी पोहचलो. दिवसभर आम्ही दोघं झोपूनच होतो. कारण संपूर्ण रात्र आम्ही जंगलात जागून काढली होती. रात्रीच्या जेवणासाठी फक्त आम्ही खाली सगळ्यांसोबत जेवायला आलो तेव्हाही ती काहीच बोलत नव्हती. पण बायको पुन्हा घरी आल्याची खबर हिच्या माहेरी पोहचल्यावर माझ्या धाडसाची चर्चा गावागावांत पसरली. आमच्या घरचेही फार कौतुक करत होते. पण जेवताना माझ्या बाबांचा चेहरा काहीसा उतरलेला दिसत होता. जेवणं आटोपल्यानंतर मी लाकडी झोपाळ्यावर बसलेल्या बाबांना जाऊन विचारलं, "काय झालं बाबा? चेहरा का उतरलेला आहे तुमचा?"

"मुला! तू खूप मोठी घोड चूक केली आहेस रे. तू जी बायको म्हणून घेऊन आला आहेस ती तुझी बायकोच आहे ह्यात मला शंका येत आहे. खरच ती तुझी बायको आहे? की ती...."

"बाबा! तुम्हाला वाटते की ती माझी बायको नाही????!!! तुम्ही तिचा चेहरा नाही पाहिलात का?"

"बाबा रे! तू चेहऱ्यावर जाऊ नकोस रे पोरा! रूपं बदलणारी भूतं पण असतात."

"आता मी काय करू बाबा???"

"वर जा आणि हळूच तिचे पाय बघ! उलटे आहेत की सुलटे! सुलटे असतील तर आनंद साजरा कर आणि जर उलटे असतील तर मला हळूच फोन कर."

"मी घाबरत घाबरत वर माझ्या खोलीत गेलो. बायको आरश्यात केस विंचरत होती. माझ्याकडे बघून ती हसली. मी सुद्धा हसून तिच्या गुढग्यापाशी बसलो नी तिला मी आणलेला मोत्यांची माळ देऊ लागलो. तिने ती हातात घेतली नी स्वतःच्या गळ्यावर धरून आरशात न्याहळत बसली. त्या माळेकडे न्याहळत असताना तिच्या डोळ्यांत विलक्षण अशी चमक होती. मी हळूच पाया जवळून तिची साडी उचलु लागलो...."

आणि मी साडी उचलली.

पाय उलटे होते!!! (उचलून धरलेली साडी पुन्हा गपचूप खाली केली.)

मी आता थरथरायला लागलो.

मी बाबांना तेथूनच फोन केला, "बाबा...बाबा..."

"काय झालं???!" बाबा काळजीत विचारू लागले.

"पाय उलटे आहेत काय करू???"

"सेल्फी काढ! सेल्फी तिच्या उलट्या पायांसोबत."

काही मिनिटांनंतर...
    "बाबा तुम्हाला फोटो व्हॉटसअप केले आहेत बघा!"

"काय व्हॉटसअप केलंय??!!"

"फोटोज्"

"कसले फोटोज्?"

"हिच्या उलट्या पयांबरोबर काढलेले माझे सेल्फी फोटोज्! डोन्ट फर्गेट टू लाईक इट बाबा."

"अरे... अरे... फोटो नको काढू पोरा!!! त्या तुझ्या सेल्फी फोटोवर हार चढण्या आधी तू पळ आता तेथून...!

मी तेथून पळणार तेवढ्यात...

हिनं मोठं तोंड करून हिची हनुवटी सकट सगळा जबडा जमिनीवर कोसळला... आणि हि जनवराप्रमाणे पुन्हा किंचाळू लागली...

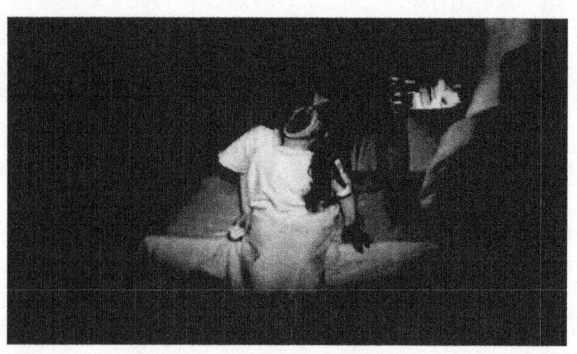

झपाटलेली बायको

२ वर्षां नंतर....

माझं दुसरं लग्न झालं. आम्ही दुसऱ्या वाड्यात रहायला देखील गेलो. पण अजुन काही विचित्र अनुभव आम्हाला येतच राहिले. हा तो अगोदरचा वाडा. इकडचे गावकरी म्हणतात की ह्या वाड्यात अजूनही

माझी बायको येथे भटकत आहे. काहिक जणांनी तिला पाहिल्याच्या घटना अजूनही गावात एकायला मिळत आहेत.

वाडा

हे आमच्या त्या वाड्यातलं तळघर. ह्या तळघरात अजुनही कधी मधे लाईट अधून मधुन चालू बंद होतात. हा तेथील एका स्थानिकानी काढलेला तळघरातील फोटो.

तळघर

हा तो दुर्मिळ फोटो जो मी माझ्या बायकोला त्या दिवशी शोधत असताना जंगलात काढला.

नितेश ठोकळ

2

वाचणाऱ्याला माफी नाही...!

"[चेतावनी : समस्त माझ्या वाचक वर्गाला विनंती आहे की माझी हि कथा वाचू नये. कारण हि एक जिवंत गूढकथा असून ह्याचा परिणाम तुमच्या मानसिक अथवा भौतिक जीवनावर होऊ शकतो. ह्या कथेत एका मध्युगातील ऐतिहासिक रहस्याचा उलगडा झाला आहे. ज्याची परवानगी कुठल्याच इतिहासकाराला नव्हती. इतिहासातील अशा कथा जेव्हा आपण वाचतो तेव्हा नकळत एक वाट, इतिहासातलं एक दार उघडलं जाते जे थेट इतिहास काळातून तुमच्या म्हणजेच या काळातल्या थेट ह्या युगात, तुमच्यापर्यंत!]"

इ.स. १६३७

शाहजहानने औरंगजेबास मुघल प्रथेनुसार दख्खनचा सुभेदार म्हणून नियुक्त केले. औरंगजेबाने मराठवाड्यातील खडकीया शहराचे नाव

बदलून ते औरंगाबाद केले. इ.स.१६३७ साली औरंगजेबाने रबीया दुराणीशी लग्न केले.

आणि येथूनच सुरू झाली एक थरारक कथा! जिचा आजवर कोणी कधी उल्लेख तर काय कुणी तोंडातून 'ब्र' देखील आजपर्यंत नाही काढू शकला. तसेच ज्यांनी ज्यांनी उल्लेख केला त्यांचं काय झालं ते पुढे वाचा ह्या कथेत...

दरबारात लग्नाच्या दिवशी राणी राबिया आणि औरंगजेब विवाह सोहळ्यात मग्न होते. तेव्हा तेथील दरबारात हजर असलेल्या प्रत्येकानी एक अजब गोष्ट पाहिली. ज्याचा उल्लेख देखील केल्यास त्या व्यक्तीस दंड ठोठावला जाण्याची शक्यता होती. असा हुकूम खुद औरंगजेबाचा होता.

लग्नाच्या दिवशी सगळं सुरळीत चालू असताना एक विद्रूप तोंडाची नी अंगभर काळपट काई चढलेल्या अंगाची विचित्र बाई किंचाळत भर दरबारात आली. ती बाई कधी, कुठून, कशी आली ह्याचा पत्ता नाही. ती बाई ओरडत होती, रागात होती, हातात जे येईल ते फेकून देत होती जणू पिसाळलेलं जनावर असावं त्याप्रमाणे. औरंगजेबाला हि खबर जरा उशिरानेच लागली. दरबारात माजलेला गोंधळ थांबवण्यासाठी पहारेकरी आणि तेथील उपस्थित मंडळींनी प्रयत्न चालू केले. जहानआरा बेगम हि औरंगजेबाची थोरली बहीण तेथे आली आणि त्या बाईला तिने ओळखले. नकळत आणि भावूक होऊन तिने त्या बाईला एक मिठी मारली. पण तिने जहानआराला दूर ढकलून दिलं. पडता-पडता तिच्या तोंडातून तिचं नाव निघालंच! आणि सगळ्या दरबारात एकच खळबळ माजली. जो तो वाट मिळेल तेथे पळू लागला. काहिकांना तर नक्की काय घडलं आहे ते सुध्दा कळत नव्हतं. पण सगळे सैरावैरा पळत आहेत म्हणजे नक्कीच काहीतरी मोठं घडलं असेल असं समजून धावू लागले. औरंगजेबाने पहारेकऱ्यांना आधीच हुकूम दिलेला की राजवाड्याचे सगळे दरवाजे बंद करावेत. तसेच कुणीही राजवाड्याबाहेर जाता कामा नये. त्यामुळे

लोकांना बाहेर पडण्याची वाट सापडलीच नव्हती. त्यातल्या त्यात एकाने न राहवून एका आसनाखाली लपून बसलेल्या व्यक्तीने दुसऱ्या लपून बसलेल्या व्यक्तीला विचारलेच की, "नक्की हा काय प्रकार आहे? आणि हि कोण बाई आहे जिच्यामुळे सगळे घाबरून पळत आहेत?" त्या दुसऱ्या व्यक्तीनी त्या बाईचं नाव घेण्यास आणि तिच्याबद्दल काहीही एक सांगण्यास नकार दिला. त्याने एवढच सांगितलं की हि औरंगजेबाची बहीण असून ती मागच्याच वर्षी आगीत जळून मरण पावली होती. पण हि आता कशी आणि का आली हे न कळता सर्वांना असंच वाटत होतं की हे तिचं भूत असावं. कारण इ.स.१६३४ मध्ये औरंगजेबाची हि बहीण जेव्हा एका दुर्घटनेत जळून मरण पावली तेव्हा या घटनेनंतर तीन आठवड्यांनी औरंगजेब आग्रा येथे आला. यामुळे शहाजहान बादशहा भयंकर संतापला आणि त्याने औरंगजेबाला दख्खनच्या सुभेदारीवरून पायउतार केले. यानंतर तो सात महिने दरबारात आला नाही. नंतर शहाजहानने त्याची नियुक्ती गुजरातच्या सुभेदारपदी केली. येथे त्याने आपल्यातील कसब पणाला लावून काम केले. फलस्वरूपी त्याला बदख्शान (अफगाणिस्तान) बाल्ख येथील सुभेदारीही देण्यात आली. औरंगजेबची बहिण औरंगजेबाची प्रत्यक गोष्ट पाळत असे शिवाय दुसरं कुणी त्याचं न ऐकणे आणि त्याच्या हुकमाचे पालन न करणे हे तिला बिलकुल पण चालत नसे. आज हि औरंगजेबची बहिण पुन्हा कशी जिवंत झाली? की हे तिचं भुतं आहे? ह्यात सगळ्यांनाच शंका होती.

सगळे पहारेकरी एकजूट होऊन तिला अडवत होते. तरी ती सगळ्यांना भारी पडत होती. तिची आदळआपट सुरूच होती. राजवाड्याबाहेरील सैन्यालाही बोलावण्यात आले आणि तिच्या हातात आणि पायात बेड्या घालण्याचा प्रकार सुरू झाला. जो तिच्या समोर येईल त्याला जीव गमवावा लागत होता. शेवटी खुद औरंगजेब स्वतः लग्न सोडून धुमाकूळीच्या ठिकाणी आला. औरंगजेबाला बघता क्षणी ती बाई म्हणजे औरंगजेबाची बहीण थरथरायला लागली. तिने खाली मान घातली आणि औरंगजेबाचा आधार घेऊन उभी राहू लागली. जणू ती औरंगजेबचीच

वाट बघत होती आणि तो दिसताच ती शांत झाली. तिचा हात पकडुन औरंगजेबाने तिला जिन्यावरून वरच्या खोलीत घेऊन जाऊन लागला. तिला वरच्या एका गुप्त खोलीत बंदिस्त केलं. तर एक हुकूम एका पहारेदाराबरोबर पाठवला की ह्या घटनेचा उल्लेख येथे उपस्थित असलेल्या कोणत्याही व्यक्तीने बाहेर कुणापुढेहि करू नये. नाहीतर ऐकणारा आणि सांगणारा शिक्षेस पात्र ठरतील. पण हि घडलेली घटना नाही-नाही म्हणता पसरतच गेली. परंतु औरंगजेबापर्यंत काही आली नाही. कारण बोलणाऱ्याला शिक्षा होतीच त्याच बरोबर ऐकणाऱ्याला सुध्दा होती. त्यामुळे औरंगजेबाला जाऊन हि गोष्ट सांगण्याचे धाडस कुणाचेच होत नव्हते.

पण हि गोष्ट सन् १६५२ मध्ये शाहजहानच्या कानावर पडली आणि तो हे ऐकूनच आजारी पडला. त्याचा मृत्यू जवळ आला आहे असे वाटू लागले. दाराशुकोह, शाह सुजा आणि औरंगजेब यांच्यांत सत्तासंघर्ष सुरू झाले होते. ज्याने स्वतःला बंगालचा गव्हर्नर म्हणून घोषित केले होते त्या शाहसुज़ाला औरंगजेबाकडून हार पत्करून बर्मायेथील अराकानक्षेत्री जावे लागले. १६५९ साली औरंगजेबाने शाहजहानला कैद करून स्वतःचा राज्याभिषेक करून घेतला. तर दारा शिकोहचा शिरच्छेद करवला. ह्या घटनेमुळे सगळ्यांना ठाऊक होते की औरंगजेबाने स्वतःच्या बहणीला सुध्दा स्वतःच्या राजवाड्यात कैद करून ठेवले आहे.

असे ऐकण्यात आले होते की, ज्या दिवशी शाहजहानला मारण्याचा कट रचला गेला तेव्हा त्याला मारण्यासाठी औरंगजेबाने दोनदा विष पाठवले होते. पण ज्या वैद्यांनी विष पाठविले होते ते इतके स्वामिनिष्ठ होते की त्यानी शाहजहानला विष न देता ते स्वतःच पिऊन टाकले. शेवटी त्याच दिवशी औरंगजेबाने त्याच्या त्या कैद केलेल्या बहिणीस मुक्त केले. हि औरंगजबाची बहिण एक अर्धी शरीराच्या बाहेर तर अर्धी शरीराच्या आत वावरणारी डाकीण होती. तिचं शरीर केव्हाच मरून, जळून, सडून गेलेलं होतं. पण तिची आत्मा इतकी शक्तिवान होती की शरीराला काही सोडवत नव्हतं. औरंगजेबाचा आदेश आणि हुकूम

जो कोणी ऐकत नसे त्याचा तिला प्रचंड राग येई. त्यामुळे ती त्या हुकूम न मानणाऱ्या व्यक्तीच्या जीवावर उठायची. शिवाय याची सुरवात शाहजहानपासून झाली. त्या रात्री शाहजहानला पाण्याचा तांब्या हातात घेऊन ती गेली. शाहजहानला वाटले विष नाही देऊ शकले म्हणून पाणी आणले. शाहजहानने हसत पाणी प्यायले आणि ते त्याचे शेवटचे पाणी ठरले.

पुढे अजून अशीच एक घटना घडली की सगळी प्रजा आणि साम्राज्य भयभीत होऊन सगळीकडे भितीचं वातावरण पसरलं. जेव्हा औरंगजेबाच्या कानापर्यंत हि गोष्ट आलीच आणि कळलं की आपल्या बहिणीबद्दल नको-नको ते बोललं जात आहे. तर आपल्या लग्नात झालेल्या घटनेची वार्ता राज्यात पसरली आहे. तेव्हा औरंगजेबाने त्याच्या त्या कैद असलेल्या बहिणीस त्याने मुक्त केले आणि एका जंगलात नेऊन सोडून दिले. त्यामुळे राज्यात भय अजूनच वाढले. कारण औरंगजेबाने अशी वार्ता पसरवली की जो कुणी लग्नात झालेल्या घटनेची वार्ता अजूनही पसरवत आहे नी जो कुणी ऐकत आहे त्याला हि माझी बहिण त्या बोलणाऱ्याला नी ऐकणाऱ्याला सोडणार नाही. कारण हि जिवंत नसून ती एक क्रूर आणि शक्तिशाली आत्मा आहे. तिला कैद करून ठेवणे माझं कर्तव्य होतं. जेणेकरून त्या क्रूर आत्म्याने माझ्या प्रजेस त्रास होऊ नये. पण जर का मी दिलेल्या आदेशाचे आणि हुकमाचे पालन होणार नसेल तर मी सुध्दा माझे कर्तव्य पाळण्यास बांधील राहणार नाही. त्यामुळे मी ह्या माझ्या बहिणीच्या आत्म्यास मुक्त करत आहे.

आता औरंगजेबाच्या लग्नात आलेल्या त्या सगळ्या लोकांना असा प्रत्यय येऊ लागला की ज्यांनी-ज्यांनी त्यादिवशी औरंगजेबाच्या लग्नात पाहिलेला प्रकार सांगितला तो-तो मनुष्य जगाआड होत आहे. तर ज्यांनी-ज्यांनी हि घटना कानाने ऐकली आहे ती व्यक्ती सुध्दा आता कुठल्यानी कुठल्या कारणाने रात्रीच्या वेळी गायब होत होती. सगळ्यांनाच औरंगजेबावर शंका होती आणि हा त्याचाच कट असावा

नी आपल्याच पहारेदराकडून मारण्याचे कारस्थान असावे अशी आशंका वाटत होती. पण तसे नव्हते. जेव्हा असे काही प्रसंग कानावर ऐकू येऊ लागले ज्यामुळे भितीची दहशद कायम राहिली होती.

जी काही लोकं ओढवलेल्या मृत्युतून निसटायचे त्यांना औरंगजेबाची बहिण दिसायची आणि सगळ्यांच्या अनुभवामध्ये एक गोष्ट समान होती. ती म्हणजे रात्रीच्या वेळी प्रचंड प्रमाणात खोकला येत असे. तेव्हा खोकला आल्यामुळे उठून बसल्यावर ती बाई म्हणजे औरंगजेबाची बहिण हातात पाण्याचा तांब्या घेऊन उभी असलेली दिसे. जे कुणी पाणी पिणार नाही त्यांना ती हलाल करून मारत असे. तर जो कुणी गपचूप पाणी पीत असे तो सकाळी उठत नसे, तर अंथरुणातच मरण पावलेला असे. तर कधी रात्री पाणी प्यायला उठल्यावर पाण्याच्या माठातून तिचा हात बाहेर येऊन पाण्याचा तांब्या मिळत असे, आणि जरका पाणी न पिता घाबरून पळाल्यास ती माठातून बाहेर येऊन हात धुवून त्याच्या मागे लागत असे. असे प्रसंग दिवसांमागून येतच राहिले. तेव्हापासून आजपर्यंत हि कथा ज्यांनी-ज्यांनी सांगितली वा ज्यांनी-ज्यांनी ऐकली त्यांना-त्यांना औरंगजेबाच्या बहिणीने पाणी पाजले आहे. जर का या कथेचा उल्लेख देखील कुणी केला, तर औरंगजेबाचा हुकूम न मानणाऱ्या यादीत आपले नाव नोंदविले जाते. तर याचा परिणाम म्हणजे औरंगजेबाची बहिण समोर दिसू लागते. असे खूप अनुभव बऱ्याच लोकांस आले. पण तरीही नाही कुणी त्याचा उल्लेख केला नी नाही कुणी तिचं नाव घेतलं. शिवाय नाही कुणी तिच्याबद्दल काही इतिहासात लिहिलं आहे, तर न कुणी काही ऐकलं आहे. लोकं विरोध न करता तिने दिलेले पाणी पितच राहिले. तर जे कुणी ह्यातून वाचले त्यांनी तरीदेखील कोणापुढे ह्या गोष्टीचा उल्लेख मात्र केला नाही. कारण ह्या गोष्टीचा उल्लेख करण्यास जिवंत असावे लागते.

पुन्हा नीट लक्ष देऊन ऐका!!!!?

“

"कारण ह्या गोष्टीचा उल्लेख करण्यास जिवंत असावे

लागते."

"*मी ही कथा तुम्हाला आज सांगू शकलो. कारण मी हि कथा लिहून*
कालच पाणी प्यायलो आहे. आणि... प्रथेप्रमाणे...
कथा ऐकणाऱ्या वा वाचणाऱ्याला माफी नाही...!"

हुकमावरून...

औरंगजेब!

෴

3

भुतांचा भूलभुलैया

पहिला दिवस, रात्रीचे २:३६

बेडरूममध्ये फक्त खिडकीच्या पडदयामागून आत येणारा स्ट्रीट लाईटचा जेमतेम उजेड उघड-झाप करत होता तेवढाच! बाकी सगळीकडे मिट्ट काळोख... मी माझ्या बायको सोबत झोपलो होतो. मी कधी गाढ झोपी गेलो हे माझे मलाच कळलं नव्हतं. दिवस थंडीचे होते म्हणून वरचा पंखा बंद ठेवला होता. ज्यामुळे लांबून भुंकणाऱ्या कुत्र्यांचा एक सुर आणि हिच्या घोरण्याची अस्पष्ट घुरघुर पण स्पष्टपणे ऐकू येत होती. दोन्ही पापण्यांची चिकटलेली संगत दचकन तूटावी तशी माझी नी माझ्या झोपेची संगत तुटली...

ह्या कुशीवरून मी त्या कुशीवर वळालो...

हि बेडवर नव्हती...(मी हातांनी चाचपडून पहिलं)

हि समोर...

हि बेडरूमचं दार उघडतेय...

आणि हि बाहेर गेली...

१० मिनिटानंतर....

मला झोपच लागत नव्हती.

"हि अजून कशी नाही आली बेडवर?" (मी उठून बसलो)

मी उठलोच आणि बेडरूमबाहेर जाऊन किचन, हॉल, दुसरा बेडरूम, दोन्ही बाथरूम, गॅलरी सगळीकडे पाहिलं पण हि कुठेच नाही. काही समजत नव्हतं...

मी पुन्हा आमच्या बेडरूममध्ये येऊन पाहिलं तर...

...तर ती बेडवर झोपलेली आहे....

दुसरा दिवस, सकाळचे ८:०४

"मला रात्री नीट झोप लागलीच नाही!" मी चहाचा घोट घेत हिला म्हणालो.

"का हो?!" बायको साडीचा खोचलेला पदर सोडून स्वतः भोवती आवळून सोफ्यावर दोन्ही पाय दुमडून बसत म्हणाली.

"तुझ्र्यामुळे!" मी दुसऱ्या घोटाला म्हणालो.

"माझ्र्यामुळे? ते का बरं?!" टीपोय वरून हातात घेतलेला वर्तमानपत्र पुन्हा खाली ठेवत नी माझ्याकडे तिरक्या नजरेने आणि दोन्ही भुवयांचे दोन क्वेशन मार्क बनवून बायकोने विचारलं.

"तू रात्री झोपेत कुठे चालत गेलेलीस? मी तुला १० मिनिटं शोधलं घरात? आणि मग तू सापडली."

"कुठे?"

"बेडवर."

(हि एक हात तोंडावर ठेवून इतक्या जोरात हसायला लागली की तिला स्वतःला हसणं अनावर झालं.)

"अहो! बेडवर झोपलेली होती मी तर बेडवरच सापडणार ना!! मला घरभर कशाला शोधत होतात?" हि अजून हसतच होती.

मी एका घोटात चहा संपवला नी तो टिपोयवरचा वर्तमानपत्र हातात घेऊन वाचू लागलो. तिने सगळं हसण्यावर नेलेलं त्यामुळे आता काही पुढे बोलणे व्यर्थ होते. पण माझं मन काही शांत बसत नव्हतं. कालचा तो प्रसंग सारखा मनात कालवाकालव करत होता. पण शेवटी माझा हा द्रुष्टीभ्रम असू शकतो अशी स्वतःचीच समजूत काढून शांतपणे परत वर्तमान पत्र वाचू लागलो.

रात्रीचे २:३६

मला दचकन जाग आली. हि बेडवर नव्हती. काळोख फार होता. मी उठून प्रथम बेडरूमची लाईट लावली. हि बेडवर नसल्याची पूर्ण खात्री करून घेतली. मग हळूच बेडरूमचा दरवाजा उघडला. बाहेर काळोख!...कसलीच हालचाल नाही... हिचा पत्ता नाही. मी दबक्या पावलांनी बेडरूम बाहेर आलो. इकडे-तिकडे पाहत मी किचनमध्ये धावत गेलो. किचनची लाईट लावली. पण हि तिथे सुध्दा नाही. मग मी हॉलमध्ये गेलो, तेथेही नाही! मी पुन्हा आमच्या बेडरूममध्ये येऊन पाहिलं तर...

तर...

...तर ती बेडवर झोपलेली!

तिसरा दिवस, सकाळचे ८:१६

चहा टिपोयवर होता नी वर्तमानपत्र ही तेथेच! मी माझा एक अंगठा टिळा लावतात तसा करून दोन्ही डोळ्यांच्या मधोमध ठेवून कालच्या आणि काल परवाच्या रात्रीच्या प्रकरणाचा विचार करत बसलो होतो. हि अंघोळीला गेली होती. घडलेली गोष्ट मी कुणाला सांगू आणि कुणाला नको असं झालं होतं मला. पण जोपर्यंत कुणाला तरी सांगत नाही तोपर्यंत माझ्या मनाला शांतता नव्हती.

"काय झालं?" हि नुकतीच बाथरूममधुन अंघोळ करून निघाली आणि टॉवेलला धुतलेले केसं पुसत-पुसत मला म्हणाली.

"काही नाही!" मी म्हणालो.

"काही नाही कसं? डोक्याला हात लावून का बसला आहात?"

"काही नाही गं!" तसं तिला सांगून काहीच उपयोग नव्हता. कारण तिने पुन्हा हसण्यावर नेलं असतं. म्हणून मी हिला सांगायचं टाळलं. मी शेवटी राहून-राहून हिच्या आईला फोन केला आणि हिची आई म्हणजे माझ्या सासूला काल रात्री मी काय पाहिलं आणि काय झालं ते सविस्तर सांगितलं. त्यांनाही काय बोलावे आणि मला काय सांगावे हे समजत नव्हते. पण प्राथमिक उपचाराप्रमाणे मला केवळ उमुक-तमुक देवळात, द्रुष्ट नी अंगारा लावणे ह्या पलीकडे काही सल्ला दिला नाही. मी त्यांच्या सांगण्यानुसार तसं करू देखील लागलो. दोन दिवस गेले आता हि काही रात्री झोपेत उठली नाही, शिवाय मी हिला जवळ घेऊनच झोपू लागलो. म्हणजे जराही हिच्या हालचालीने माझा डोळा उघडेल.

दोन दिवसांनंतर.... सहावा दिवस, रात्रीचे २:३६

धपकन! काहीतरी बेडवर माझ्या बाजूला पडलं. मी दचकलो नी हि कुठे आहे ते हाताने काळोखात चाचपडू लागलो. काळोख इतका होता तरी मला हिचा फक्त आकार दिसत होता. हिचे पाय वर आणि डोकं

पोटाखाली दुमाडलं गेलं होतं. मी हिला सरळ केलं आणि नीट झोपवलं. आता हा काय प्रकार होता? दोन दिवसांपासून हि झोपेत चालत होती हे पाहतच होतो. तर आता ही झोपेत योगा वैगरे करू लागली की काय? याचा प्रश्न यावेळी मला पडला. मला आत्ता याक्षणी हिच्या आईला फोन करून दिसलेला सगळा प्रकार सांगावासा वाटला. पण फोन करण्याची ही ती योग्य वेळ नव्हती. तेव्हा सकाळपर्यंत मला थांबावं लागणार होतं.

तेवढ्यात...

हिने स्वतःची पाठ उचलली आणि बेडवर बसून राहिली. आता माझ्या अकलेने मला संदेश देणं चालू केलं की ही पुन्हा दार उघडून पुन्हा बाहेर जाण्याचं बघेल, असं मला समजून चुकलेलं. म्हणून मी हिला "झोप! झोप!!" करू लागलो. पण हि झोपेत असावी म्हणून कदाचित ऐकु गेलं नसावं असं मला जाणवलं. म्हणून मीच उठून हि बाहेर जायला बघेल त्याच्याआत धावत जाऊन लाईटचे बटन दाबले. ट्यूब लाईट लावली.

हि माझ्या पाठीच उभी होती. मी दचकलो! हिच्या केसांनी तिचं तोंड झाकलं गेलं होतं नी तिनं मान खाली घातली होती. मी हिला पुन्हा मागे खेचू लागलो आणि "ए चल झोप! ए चल झोप!" करू लागलो. पण हि काही जागची हलतच नव्हती. म्हणून मी हिच्या डोक्यावर हाथ ठेवला आणि दुसऱ्या हातानं तिची हनुवटी उचलून मान वर केली तर...

हिचे डोळे वर गेले होते, बुबुळं पांढरी, दात-ओठ वाजत होते. लाईटकडे बघत हिने डोळे हळू हळू बंद करायला सुरवात केली आणि तिच्या हळू हळू बंद होणाऱ्या पापण्यांबरोबर लाईटही 'टीम-टीम-डिम' होता-होता एकाएकी एकदम बंद झाली!

...लाईट गेली...

इतका मिट्ट काळोख कि मी कुठेही तोंड करून उभा राहिलो तरी काहीच

फरक पडणार नव्हता. शिवाय मला स्तब्ध उभं राहिल्या खेरीज गत्यंतरही नव्हतं. लाईट गेल्यानं पंख्याची गती कमी-कमी होऊन पंखा फिरायचा थांबला. कानाला ठार मारणारी शांतता आणि डोळ्यांना आंधळं करणारा काळोख. त्यात मला माझ्या बायकोची मला प्रचंड भिती वाटू लागली होती. आत्ता जे काही घडत आहे नी घडणार आहे ते नक्की काय आहे?, हे सगळं माझी बायको करतेय की कोणी आहे शिरलेलं तिच्या आत??, ही लाईट हिनंच घालवली का??? अशा प्रश्नांचा तुफान भडिमार मनात माजला होता. पण मनातल्या तुफानालाही एकदम शांततेत बदलावं लागलं. कारण दरवाजा उघडण्याचा "खुडबुड - खुडबुड" आवाज येऊ लागला.

हि दार उघडते आहे ह्यात काहीच शंका नव्हती. दार उघडलं. दार उघडण्याचा आवाज स्पष्ट ऐकू आला. तो आवाज इतका हळू असला तरी शांततेला चिरणारा नी भयाण होता. मी हाताने भिंती चाचपडून बेडरूमच्या बाहेर पडण्यासाठी दरवाजा शोधू लागलो. दरवाजा हाताला लागला. तो उघडा होता. मी त्या बेडरूम मधुन बाहेर पडलो आणि किचन मधली माचिसपेटी घेऊन देवाऱ्यातली पणती पेटवू लागलो.

एक माचिसची काडी...
मी थरथरत्या हाताने पेटवली. पण कुठून वाऱ्याची झुळूक आली कुणास ठावूक ती विजली...

दुसरी माचिसची काडी...
भसकन! पेटली आणि मी दचकलो नी ती खाली पडली...

तिसरी माचिसची काडी...
जी शेवटची होती. मी डोळ्यात तेल आणि मनात धीर धरून पेटवत होतो. माझं कपाळ घामानं डबडबलेलं आणि माझ्या तापलेल्या अंगावर केवळ कपाळ तेवढं थंड पडलं होतं. त्यातही आता ती शेवटची काडी शिल्लक राहिली होती. शिवाय ती पेटता पेटत नव्हती. अंधारात काहीच

दिसत नसलं तरी हाताच्या स्पर्शाने मी सर्व काही चाचपडून बघत होतो. मी खाली एका गुडघ्यावर बसलो. हातातली पणती जमिनीवर ठेवली. एका हातात माचिस आणि एका हाताने कांडी घासून-घासून पेटवण्याचा प्रयत्न करू लागलो. जशी माचिस पेटली तशी पणती जवळ नेवून ती पणती पेटवली. आता ती पणती घेऊन मी उभा राहिलो आणि.....

... पणती समोर माझी बायको उभी होती...तिचे वर गेलेले डोळे, विस्परलेले केस, लालबुंद चेहरा, श्वासातून बाहेर पडणारी आग हे मी पाहत असताना एकाएकी तिने फुंक मारली...

...नी पणती विझली...

मी काही करेन आणि काही मला सुचेल त्याच्या आत हिनं माझ्या हाताला जोरदार कडकडून चावलं!

हाताची तर्जनी आणि अंगठा ह्या मधल्या भागाला हिनं इतकं दिर्घपणे दातांनी जखडून ठेवलं की तिचे दात माझ्या हाताच्या मांसामध्ये घुपसून बोटांच्या हाडाला दाबू लागले. मी गळा फाटेस्तोवर ओरडलो..., रडायला लागलो...,"मेलो मेलो!!!" करून ओरडू लागलो. स्वतःला सोडवण्याची धडपड करू लागलो. पण अचानक मधेच माझ्या लक्षात आलं की हिच्याकडून आता दाताने दाबण्याचा जोर कमी-कमी होत आहे. शिवाय मला हिच्या घोरण्याचा आवाज येतोय. हिचे दात माझ्या पंज्यात घुपासले गेले होते. पण आता हि झोपली आहे. मी दुसऱ्या हातानं हिचे घुपसले गेलेले दात बाहेर काढले आणि स्वतःला सोडवलं. मी अजून घाबरलेलोच होतो. शिवाय माझा हात अति दाहामुळे बधीर झाला होता आणि जेथे चावा घेतला होता तो भाग सुया टोचाव्यात इतक्या दांहाने दुखत होता. हिला तेथेच जमिनीवर झोपवलं आणि मी कुठे जाऊ आणि काय करू? ह्याचा विचार करणार तेवढ्यात... हिनं माझा पाय पकडला आणि माझ्या पायाला (गुडघा आणि टाच मधल्या भागाला) हि चावली!

मी जमिनीवर पडलो आणि दुसऱ्या पायाची लाथ जितक्या जोराने हाणता येईल तितक्या जोराने हाणली आणि मी जमिनीवर रांगत-रांगत पळू लागलो. हिने उडी मारून माझ्या मानेला धरलं आणि माझ्या कानाला चावली!!

...मी प्रचंड जोरात ओरडलो...."मेलो! मेलो!"

माझ्या कानाच्या वरच्या भागाला अशी कडकडून चावली की कानावरून थेट माझ्या मस्तकात झिनझिण्या उठल्या. तिनं माझी मानही इतकी जखडून ठेवून आवळली की गळ्यातून माझा आवाजही फुटत नव्हता. माझा श्वास अटकल्यानं माझं नाक, गाल, डोळे फुगले, मी डोळ्यांतून लाल-लाल आग बाहेर ओकू लागलो. मी फक्त विरोध करत होतो. कारण शेवटी ती माझी बायको होती. मगाशी जोरात लाथ मारली खरी पण माझं मलाच खूप लागलं. त्यामुळे आता मी फक्त विरोध करत होतो. तिला प्रतिउत्तरामध्ये मारावे असे बिलकुल वाटत नव्हतं. मी जो तिला विरोध म्हणून हिचके देत राहिलो त्यामुळे हि चावत-चावत माझ्या कानाच्या देठावरून कानाच्या पाकळीपर्यंत आलेली. असह्य दाहाने मी विव्हळत होतो आणि आता इतक्या वेळच्या तिच्या चावाचावी नंतर मी फक्त निळा होऊन पडायचं बाकी होतं.

इतक्यात... आवळलेला गळा जरा सुटला, चावणारा जबडा सैल पडला आणि ही पुन्हा घोरायला लागली. मला समजून चुकलेलं की हि पुन्हा काही क्षणापुरतीच झोपली असावी. म्हणून पटकन मी स्वतःला सोडवलं आणि धावत जावून बेडरूमचा अंदाच घेत मी त्या बेडरूमच्या दिशेने पळालो. बेडरूममध्ये शिरलो, दार लॉक करून घेतलं आणि बेडवर जाऊन डोक्यावर पांघरूण घेऊन झोपून गेलो. आता शरीराचा दाह नी दुखणं जितकं वाढलं होतं तितकंच माझं डोकंही दुखायला लागलं होतं.

... पण रात्र अजून वैऱ्याची (बायकोची) होती. आणि आता माझ्या मनात एका क्षणासाठी शंकेची पाल चुकचुकली नि नेमकं तेच घडलं...

माझ्या छातीवर एक हात पडला. (मी तोंड हाताने दाबून रडायला लागलो) श्वास कुठल्याही क्षणाला जाणार असं सारखं वाटत होतं. एक पाय माझ्या पायावर पडला. (माझे दोन्ही हात जोडले गेले) आणि मी मारुती श्रोत्र भरभर पुटपुटायला लागलो...

"भीमरूपी महारुद्रा, वज्रहनुमान मारुती |
वनारी अंजनीसूता रामदूता प्रभंजना....
महाबळी प्राणदाता...."

...आणि हिच्या घोरण्याचा आवाज ऐकू येऊ लागला...

"सकळां उठती बळें | सौख्यकारी दुखःहारी, दूत वैष्णवगायका...." मी मंत्र अजून भरभर आणि मोठयाने म्हणू लागलो. हि माझ्या जवळ जवळ सरकतच होती... हिचा एक हात माझ्या छातीवर नी एक पाय माझ्या पायावर ... मी हात जोडून नी मारुती स्तोत्र म्हणत-म्हणत एकाएकी बेशुद्धच झालो.

सातवा दिवस, सकाळचे ७:४०

"उठा! उठता का?" (एक कोणतरी माणूस मला उठवत होता)

"कोण?" मी एका हाताने गालावरून ओघळणारी लाळ पुसत त्याच्याकडे पाहून विचारात पडलो. मी दुसऱ्या हाताने उठण्याचा प्रयत्न केला पण मला तीव्र वेदनेची चमक हातातून संपूर्ण अंगात भरली.

"हळू!!हळू!! कसं वाटतेय आता?" त्याने माझ्या एका हाताला आधार देत नीट बसवलं आणि एक मस्त फर्स्टक्लास स्माईल देत माझ्याकडे बघू लागला.

"आपण कोण?" मी त्याला विचारलं. हा माणूस माझ्या बेडरूममध्ये काय करतोय आणि माझी बायको कुठे आहे? मला काही कळत नव्हतं.

तेवढ्यात! माझी बायको बेडरूममध्ये आली आणि सोबत डॉक्टरही आले. बायकोला बघताक्षणी माझ्या हातातली, पायातली आणि कानाच्या देठापासून पाकळी पर्यंतची चमक माझ्या मस्तिक्षापर्यंत गेली आणि मला कालचा सगळा प्रसंग आठवू लागला.

"हे माझे मिस्टर! आणि आज सकाळपासून ह्यांना उठवते-उठवते पण उठत नव्हते. आणि हे बघा! बघितलं?... कसं सगळ्या चादरीला रक्त लागलंय ते? हे बघा! किती रक्त आलं आहे ह्यांच्या हाता-पायातून." ही हुंदके देत रडायला लागली आणि तो माझ्या समोर बसलेला माणूस तिला समजावू लागला की रडू नकोस म्हणून.

"कसं काय लागलं तुम्हाला एवढं?!" डॉक्टर स्टेटस्कॉप कानात घुसवत मला विचारू लागले.

मी काही बोलणार नाही आणि कुणाला काही सांगणार नाही असं मी स्वतःशी ठरवलं. कारण ह्या दोघा अनोळखी लोकांकडे सगळं खरं सांगून मला माझ्या बायकोची इमेज खराब आणि तिच्या विषयी भिती निर्माण करायची नव्हती.

"काही नाही!" असं म्हणून मी माझा चष्मा उशी मागे शोधू लागलो.

तशी हि माझ्या अंगावर भसकन ओरडली, "काही नाही कसं काय? काही नाही कसं काय???? हे काय आहे???? हे रक्त कसं आलं??? मला किती त्रास झाला ठावूक आहे??? तुम्ही रक्ताच्या थारोळ्यात आणि उठता उठत नाही मग मला ह्यांना, म्हणजे दिगूला बोलवावं लागलं. मग त्याने तुमच्यासाठी डॉक्टरांना बोलावलं आणि तुम्ही बोलताय की काही नाही झालं?" हिच्या अश्या तावा-तावाच्या बोलण्याने माझं पुन्हा डोकं दुखणं सुरू झालं. शिवाय कालची माझी 'डायन बायको' आता पण आली की काय हिच्या अंगात असं भासू लागलं.

त्या माझ्या समोर बसलेल्या दिगुने हिला शांत केलं आणि माझ्याकडे बघून हसून म्हणाला, "मी दिगंबर नाईक! आत्ताच तुमच्या बायकोने दिगु असा उल्लेख केला ना तो मीच! सॉरी आपण पहिल्यांदाच भेटतोय आणि अशा वेळी तुमच्या बेडरूम मध्ये. मी तुमच्या बायकोचा कॉलेज मधला मित्र. आजच मी मुंबईत आलेलो म्हटलं की सहज हिला फोन करावा तर हि रडायलाच लागली आणि तुमच्या बद्दल सांगु लागली. मी माझ्या घरी न जाता थेट तुमच्या घरी ताबडतोब आलो. हि बघा बॅग पण येथेच आहे! (बॅग कडे बोट दाखवत)"

ह्याचा उल्लेख पूर्वी कधी हिने केला नव्हता. पण मला हा माणूस म्हणजे दिगंबर नाईक उर्फ दिनू तसा चांगला माणूस वाटला.

"तर तुम्ही आता तरी सांगा सगळं की कशामुळे झालं हे असं?" डॉक्टर इंजेक्शन बाटलीला खुपसु लागले, आणि मला हिचे माझ्या हातात, कानात खुपसले दात आठवू लागले.

"मला..."

"हा... मला काय?" हि म्हणाली. जणू फार आतुर झालेली ऐकायला. पण मी कसं सांगू की हिनेच मला घायाळ केलं ते समजत नव्हतं?

"बोला!!!" दिगंबर माझ्या खांद्यावर ठेवून मला म्हणाला.

"आता बोलाssआssआss!!!!!" हि जरा आवाज चढवून म्हणाली.

"तुझ्यामुळे! हो तुझ्यामुळे!!! तुझ्यामुळे झाले हे असं माझं..." मी शेवटी बोललोच जे खरं आहे ते.

"माझ्यामुळे??? काही पण काय बोलताय? येड बिड लागलं आहे का तुम्हाला?" संदेहाने माझ्याकडे पाहून बायको म्हणाली.

"हो! तूच मला चावलीस! माझ्या हाताला, पायाला आणि माझ्या कानाला!" मी ओरडून खरं सांगितलं.

"तुम्ही हे काय बोलताय? मी तुम्हाला का चावू?" आच्छर्याने हिने माझ्याकडे पाहिलं मग दिगंबरकडे बघत मला म्हणाली.

"हे बघ! रात्री तू उठलीस आणि बेडरूम मधुन बाहेर गेलीस आणि मला तू मारण्याचा प्रयत्न केला. शेवटी मी जीव वाचवून पुन्हा बेडरूममध्ये आलो. तर तू बेडवर आलीस आणि..."

"आणि काय?" दिगंबर ने विचारलं.

"...आणि मग तुझा एक पाय माझ्या पायावर, एक हात माझ्या छातीवर आणि तू घोरत होतीस...पुढचं मला आठवत नाही. कारण कदाचित मी बेशुध्द झालो असेन..." मी म्हणालो.

"धिस इज टू मच!" हिनं डोक्याला हात लावला. दिगंबरने तिला बाजूला नेलं आणि काहीतरी समजावत होता. हिच्या डोळ्यातून पाणी येत होतं.

डॉक्टरांनी मला इंजेक्शन टोचलं व पुन्हा कुजबुजू लागले. आता फक्त कुजबुज मला ऐकु येत होती. डॉक्टर पुन्हा माझ्याकडे आले त्यांनी त्यांची बॅग उचलली आणि ते जाऊ लागले. जाता-जाता माझ्या खांद्यावर हात ठेवून मला "टेक केअर!" म्हणाले, आणि हिच्याकडे बघून म्हणाले, "तुम्ही दुसरं काही करू नका. पहिले मी सांगितल्याप्रमाणे करा. मी आता त्यांना इंजेक्शन दिलंय आणि डॉक्टर देशमुखांना पण दाखवा मग बघू काय म्हणताहेत ते." आणि ही डॉक्टरांना दारापर्यंत सोडायला गेली.

डॉक्टरांनी माझ्या बायकोला काय-काय करायला सांगितलं असेल? आणि हिच्यावर कसा काय काही उपाय करायला त्यांनी सांगितला

नाही? मी असा सगळा विचार करायला लागलो होतो तेवढ्यात ही माझ्यापाशी आली.

"हे बघा! आता तुम्ही जे काही खोटे आरोप माझ्यावर केले तेही माझा मित्र आणि त्या डॉक्टरांसमोर ते मी निमूटपणे ऐकले. पण आता खरं सांगा काय झालं?" हिचा पारा चढला होता.

"मला आता काहीही बोलायचं नाही आहे तुझ्याशी! आणि मी जे काही सांगितलं ते सगळं खरं आहे..." मी मान दुसरीकडे फिरवून तिला म्हणालो.

"पुन्हा खोटं बोलताय??? का माझं नाव खराब करताय तुम्ही???" हि हुंदके देऊ लागली. दिगंबर बेडच्या एका टोकाला बसून फक्त ऐकायचं काम करत होता.

"हे बघ! मी काहीही एक खोटं नाही बोलत आहे! मला तू तेच-तेच बोलायला नको लावू. इजा मला झाली आहे आणि मीच कसा काय खोटं बोलू शकतो??" हाताची इजा दाखवत मी तिला म्हणालो.

"का नाही? का नाही बोलू शकत? किती दिवसांपासून तुम्ही माझ्यावर खोटे आरोप वर आरोप करत आहात की मी रात्री चालते नी झोपेत. शिवाय आज तर स्वतःला स्वतःनेच मारून घेतलय की कुणास ठावूक आणि खोटे आरोप सुध्दा तुम्ही माझ्यावर करता आहात!" आता हि सॉलिड भांडणाच्या सुरात होती.

"याचा अर्थ तुला माझ्यावर जराही विश्वास नाही आहे?" मी शांतपणे हिला म्हणालो.

"तुमचा आहे का माझ्यावर???? मी सांगते आहे ना की मी नाही केलं तुम्हाला रक्तबंबाळ तरी तुम्ही ऐकत नाही आहात????" आता हि फार

वरच्या आवाजात आणि ओरडून माझ्याशी भांडत होती.

"तू ओरडून नको बोलुस! रात्रभर ओरडलीस ते काय कमी होतं का? आणि शिवाय माझा कान ठणकतोय! काल तूच माझा कान खाल्ल्यास...!" तिच्याच आवाजाच्या लेवल वर जाऊन मी तिला शांत करत होतो.

"आता एकही शब्द बोलू नका! बास्स....!" जोराने किंचाळून हि ओरडली आणि रडू लागली.

दिगंबर आता उठून माझ्या बायकोला शांत करू लागला आणि भांडणामध्ये मध्यस्ती घेऊ लागला. मीही आता गप्प झालो. आता दिवसभर आमचं घर शांत-शांत होतं. आम्ही दोघं एकमेकांशी बोलत नव्हतो. फक्त बोलत होते ते दिगंबर नाईक जे आमच्या दोघांत दुव्याच काम करत होते. तिला काही मला सांगायचं असेल तर हा दिगंबर निरोप घेऊन येत असे.

रात्रीचे, ८:००

(ही अचानक माझ्या समोर उभी राहून) "दिगु काही दिवस हॉटेल मध्ये न राहता आपल्याच घरी राहील."

(मी फक्त होकारार्थी मान हलवली)

"आणि तो हॉलमधे झोपेल आणि मी दुसऱ्या बेडरूममध्ये आजपासून झोपणार आहे."

(मी काहीच बोललो नाही)

आणि ही तेथून जाणार तेवढ्यात मी हिला म्हणालो, "तू माझ्या मागे घोडा लाव किंवा उंट लाव मी माझा वजीरच काढतोय आता."

"म्हणजे?" हि म्हणाली.

"मी तुझ्या आईला कॉल केलेला आहे. तेव्हा ती आत्ता तासाभरात येणार आहे. येथे आपल्या घरी काही दिवसांसाठी वस्तीला."

बायको काहीच न बोलता माझ्या समोरून निघून गेली...

त्याच रात्री, १०:४९ ला

आमची जेवणं आज जरा लवरच आटोपली. कारण हिची आई जेवायला येथे होती. जेवताना जास्त आम्ही कुणीच कुणाशी फारसं काही बोललो नाही. माझी बायको जेवताना माझी सासू आणि दिगंबर यांनाच जेवण वाढत होती. माझ्या बाजूला फक्त जेवणाची पातेली, कढई सरकवून ठेवत होती. जेवणानंतर प्राथमिक नी वरवरची आवरा-सावरी आज माझ्या ऐवजी दिगंबरनेच केली. हिची आई किचनमध्ये खुर्चीत बसून हिच्या भांडी घासण्याच्या कार्यक्रमात हिच्याशी गप्पागोष्टी करत होती. दोघींचा आवाज मधेच इतका हळू स्वरात होऊन जायचा की मगास पासूनची दोघींची बडबड डायरेक्ट कुजबुजण्यावर येवून जायची. जेणेकरून मी त्यांचं बोलणं ऐकू नये म्हणून. मी मुद्दामूनच किचनमध्ये लंगडत-लंगडत हिच्या आईंला मुखवास देण्यासाठी गेलो. माझी जशी एन्ट्री किचनमध्ये झाली तशी ह्या दोघींची कुजबुज बंद!

मी बेडरूममध्ये बेडवर अर्ध बसल्या स्थितीत पुस्तक वाचत होतो. तेवढ्यात! दारावर 'खट..खट' झालं आणि हिची आई दार उघडून आत आली. मी वाटच बघत होतो की कधी हिची आई येतेय तिच्या मुली विषयी माझ्याशी बोलायला आणि हिची आई आलीच! मी पुस्तक मिटलं नी मांडी घालून बसलो नी ईशाऱ्यानं गपचूप तिलाही बसायला सांगितलं. माझ्या हातातली मुखवासची डबी मी परत तिच्याकडे सरकवली. चिमटीने मुखवास परत हातात घेऊन तोंडात टाकत सासू म्हणाली,"ती काय सांगतेय तुमच्याबद्दल ठाव हाय?"

"तुम्ही काही ऐकू नका. ती सकाळ पासून रुसून बसली आहे" मी म्हणालो.

"जावईबापू! मला समद सांगा काय प्रकार हाय आनि नक्की काय घडलं तेबी?" सासूनं मला विचारलं.

मी कालपासून घडलेलं सगळं माझ्या सासूला सांगितलं. ती एक हात तोंडावर तर कधी कपाळावर ठेवून ऐकत होती. डोळेच इतके घाबरलेले होते. त्यावरून तिचे हृदयाचे ठोके घाबरून किती धडधडत असतील ते डोळ्यांमधुन दिसत होतं. ती काहीही न बोलता साडीचा पदर डोळ्यांवर धरून बसली. काही वेळा नंतर... डोळे पुसत-पुसत मला म्हणाली,"आता काय करायचं ते तुमीच ठरवा!"

"करायचं काय आहे? जे करणार आहे ते तिच करत आहे. आपण फक्त रात्री जीव मुठीत घेऊन बसायचं, नाहीतर हे असं (लागलेलं दाखवत) सोसायचं. अजुन काय करू शकतो? वर सकाळी मीच दोषी!" मी वैतागून म्हणालो.

"तसं नाही जावईबापू! आता आहे ते असं तर आता करायचं काय? ह्याचा आपणच ईचार करावा लागेल. जे काही करायचं आहे ते आपणच! दुसरं कुणाला काही सांगू पण शकत नाही. शेवटी हाय तर ती तुमची बायको आनि माझ्या पोटची पोर! शेवटी तिच्या आत औदसा शिरली-बिरली असेल तर ती गोष्ट वेगळी हाय. शिवाय जे काय तुमच्या संग घडलं ते माझ्या मुलीने नाय तर तिनं केलं हाय. जी तिच्या आत ठान मांडून बैसली आहे ती सटवी! तर कोण तो दिगु की फिगु आलाय त्यो तर तिला लई जवळचा वाटतो आता. आता मी सांगते तसं करा... जरा तुमच्या बाजूनं तिला करता येतं का ते बघा! वाटलच तर तिचं पाय बी पकडा आनि माफी बी मागा..."

"हे काय बोलताय तुम्ही आई? आपल्यालाच तिचा विचार करावा लागेल हे ठिक आहे. पण माफी मी का मागू? माफी मागितली म्हणजे स्वतःला आरोपी म्हणून सिध्द करण्यासारखं आहे??? छे! छे!! ते मला शक्य नाही!" मी माझी निराशा दाखवत सासूला म्हणालो.

"जावईबापू! तुम्हाला माफी तुमच्या बायकोची नाय तर त्या औदसेची मागायची हाय. शिवाय मी आता माझ्यापरीनं सुध्दा माझं प्रयत्न चालू करते. उद्याच्याला आमच्या गावाकडनं मी गावच्या मांत्रिकाला बोलवलं हाय. तो आज रातच्या एस.टी.ने निघाला असेल

मुंबईच्या दिशेने. तर तो उद्या पहाटेपर्यंत येईल. शिवाय मी आज रातच्याला जागून मारुती स्तोत्र, रामरक्षा स्तोत्र पठन करणार हाय. तुमचा माझ्यावर ईश्वास हाय की नाय जावईबापू? (मी होकारार्थी मान हलवली) तर मग मी सांगते हाय तसंच करा!"

"ओके! मी मागतो तिची माफी! पण तुम्ही सांगताय म्हणून."

मी उठलो आणि बेडरूमचं दार उघडलं तर समोर हि उभी. हि बेडरूमच्या आत आली आणि कपाट उघडून काहीतरी शोधाशोध करू लागली. मी तेच निमित्त साधून तिच्या जवळ गेलो आणि तिला म्हणालो, "आय...आय एम सॉरी!" मी सॉरी बोलून मान खाली घातली. बायकोनं एक नजर माझ्यावर टाकली आणि न ऐकल्यासारखं करून पुन्हा शोधाशोध करू लागली.

"हे बघ! सकाळी जी काही बाचाबाची झाली ती विसरून पुन्हा आपण पूर्वीसारखे होवू या." मी आता तिच्यापुढे हात देखील जोडले आणि तिला मी विनंती करू लागलो.

हि माझं ऐकुन न ऐकल्यासारखं करत होती. तिचं तिने सगळं लक्ष माझ्याकडे ओढून घ्यावे ह्या हेतूने मी तिच्या दंडाला पकडून तिला किंचित माझ्याकडे ओढलं. तशी ती माझा हात सोडवून, कपाळाच्या आठ्या पाडत म्हणाली, "सोडा माझा हात!" (माझा हात खाली हिचकावून देत) हि संतापून म्हणाली, "काही नाही बोलायचं आहे मला तुमच्याशी!" (डोळे मोठे करून नी माझ्या विषयीचा राग नजरेने नजरेत दाखवून स्तब्ध उभी राहिली)

आत बसलेली आई पण उभी राहिली आणि आमच्यात मध्यस्ती करत म्हणाली, "अगं! ऐकुन तर घे तो काय म्हणतो हाय ते!"

"आई जर तू त्यांची बाजू घेणार असशील तर मी तुझ्याशी सुध्दा नाही बोलणार." (आणि हि कपटाचं दार धाडकन लावत बेडरूम बाहेर निघून गेली)

"जावई बापू!...(एकदम हळू स्वरात) मगाशी हि दाराबाहेर उभं राहून आपलं बोलणं ऐकत तर नव्हती ना?"

"हो आई! मलाही असच वाटत होतं. कारण जेव्हा मी बेडरूमचं दार उघडलं तेव्हा हि बाहेर उभी होती."

माझी आणि हिच्या आईशी एक मत होण्याची ही माझी पहिलीच वेळ नव्हती. तर ह्यापूर्वी आई जेव्हा जेव्हा मला भेटली तेव्हा तेव्हा आमचं दोघांच एक मतच झालं आणि म्हणूनच मी तिला आजही बोलावलं. जेणेकरून मला तिचा आधार मिळेल. लग्नाला दीड वर्षे झाली पण संसारात एक तक्रार नाही ना एक वाद नाही. कारण आम्ही होतोच कुठे सामोरा समोर एकमेकांशी बोलायला. जे काही बोलणं व्हायचं ते सगळं फोनवरच. कारण लग्नानंतर मी लगेच रत्नागिरीहून मुंबईला कामानिमित्त आलो आणि येथेच माझी बदली झाली. अधेमधे मी गावच्या घरी जायचो. पण जास्तीत जास्त दोन दिवसांवर आजवर मी कधी राहिलो नाही. पण आज इतकं मोठं आणि टोकाचं भांडण होऊनही हि माझ्याशी अशी वागेल नी असा अबोला धरेल असं मला कधी वाटलं नव्हतं. तरी हिची आई माझ्या सोबत आहे ह्यात मला समाधान होतं. पण हा दिगंबर नाईक उगाच आमच्या फॅमिली मॅटर मध्ये लुडबुड करत होता, असं मला जाणवायला लागलं होतं. कारण हि किचनमध्ये जेवण करायला लागली की हा पण हिला मदत करायला तेथे उभा, ही जिथे-जिथे दीगु तिथे-तिथे, सगळी कामे करत नी सगळ्या कामात हिच्या हाताशी राहून आपला जुना मित्र धर्म पुन्हा नव्याने पाळू लागला. आता बाहेर दोघं हॉलमध्ये बसून टीव्ही बघत होते. जरा वेळासाठी का होईना पण माझी जागा आज दिगुने घेतल्यासारखी मला वाटू लागली. मी बेडरूमच्या दाराच्या फटीतून दोघांना हसताना, गप्पा मारताना नी टीव्ही बघताना पाहत होतो आणि आतून मी रडत होतो. पण झालेल्या जखमेवर आता अजुन खरपुडी यायची बाकी होती तर दुखण्याची कळ अजुन थांबत नव्हती. आजही रोज रात्रीप्रमाणे पुन्हा काही अघटीत घडण्याची दाट शक्यता होती. आईने अत्तापर्यंत बेडरूम मधेच स्तोत्रांच्या पोथ्या काढून वाचनही सुरू केलेलं आणि तिच्या बाजूलाच एक छोटा दिवाही लावलेला.

त्याच रात्री, २:३६

मला केव्हा झोप लागली ते ठावूक नाही. पण आईच्या स्तोत्र उच्चारणचा वेग नी आवाज जरा जास्तच वाढल्यामुळे मला जाग आली. ट्यूब लाईट बंद होती. मी उठून बसलो दिव्याच्या मंद उजेडात तिच्या

तोंडावर पडलेल्या प्रकाशात मला बेडखाली जप करणाऱ्या आईचे घाबरे घुबरे होऊन रडकुंडीला आलेले डोळे दिसले. तिच्या भितीमुळे ती स्तोत्र मोठ्याने वाचू लागलेली दिसत होती. मी तिच्या जवळ गेलो आणि विचारलं,"काय झालं आई?"

आई काही बोलायला मागत नव्हती. मी ५-६ वेळा तेच विचारलं काय होतंय म्हणून तरी तिचं जप उच्चारण सुरू होतं नी घाबरणं सुध्दा.

"आई!!!" मी मोठयाने, रागात आणि चिंतेने व्याकुळ होऊन विचारलं.

तर आईचा चेहरा घामाने डबडबलेला. तिचं जप करणं एकाएकी बंद झालं. आता तिला काही बोलायचं होतं पण काही शब्दच बाहेर फुटत नव्हते. तिला काही सांगायचं होतं नी मला खूणवायचं होतं. पण प्रचंड घाबरून ती थरथरत होती. तिने बोलायला तोंड उघडलंच पण दातांबरोबर शब्दही थरथरत होते. तरी ती सांगत होती, "ते..ते..ते...तततss..तततss..तेतेsss..ओsss...वsss..!"
{हे असं सारखं उच्चारत होती. तिचं हे बोलणं 'तेतेते ततत ततत तेतेते ओव' काहीच कळत नव्हतं. ती हे अशाप्रमाणे बोलत होती की; ते..ते..ते...(म्हणजे तिथं काहीतरी आहे) तततss..तततss..(दातखिळी बसून दात एकमेकांनवर वाजतात तसे व्हायब्रेट होऊन वाजायचे) तेतेsss (पुन्हा तेथे काहीतरी आहे) ओsss...वsss...!!!! (आणि शेवटी ओव जशी भडकलेली मांजर म्याव करते तशी ही ओव करत होती)}

मला तिची ती भाषा काही समजून तिला काय नेमकं म्हणायचं आहे ह्याचा थांग पत्ता घेत होतो. तेव्हा मला जाणवलं बराच वेळ आई स्तोत्र उच्चार करून तिच्या तोंडचे स्नायू आखडले असतील. त्यामुळे ही घाबरली असेल किंवा हिची घाबरून बोबडी तरी वळली असेल. मी हातातली तिची पोथी घेतली आणि पाहिली तर ती ओलसर लागली म्हणून किंचित लांब असलेल्या दिव्या जवळ जाऊन पाहिली तर ती रक्ताने माखलेली. आता माझ्या पायाखालची जमीन सरकली. डोक्यावर हात मारला. पोथीतून रक्त कसं आलं? ह्याचा विचार करू लागलो. पोथीवरून ओघळत जमिनीवर 'टप-टप' पाडणारं रक्त मी निरखलं.

तर... एक थेंब रक्ताचा वरून कुठूनतरी पोथीवर पडला.

दुसरा थेंब पडला...

मी मान वर उचलली तर...

समोर आई गुरगुरत होती...

आणि ते..ते..ते...तततss..तततss..तेतेsss..ओsss...वsss...! सुरूच होतं एकसारखं. तिच्या ओवssलाच मी इतका दचकायचो. ही "ओवss" करून पुढच्या क्षणाला माझ्यावर झडप घालतेय नी चाव घेतेय की काय? ह्याची मला धडकी भरायची.

तिचे रक्ताने भरलेले वरचे खालचे दात एकमेकांवर गच्च दाबून, माझ्याकडे रागाने पाहून, गरम श्वासाचे उसासे सोडत होती. मी आधीच घाबरलेलो त्यात ते रक्त आणि आईचा अवतार पाहून माझी छाती धडक्यांनी धडधडून फुटायला लागली होती.

मी ओरडू तरी कसा? कारण माझी वाचाच बसली होती. माझा अर्धा श्वास भितीने धडधडण्यात खर्ची जात होता. त्यात मला ओरडायला पाच पैश्याचा श्वास पण उरला नव्हता. मी कसलाच विचार न करता तेथून पाळायला लागलो. पायात उभं राहायचे त्राण नव्हते म्हणून मी गुढग्यांवर सरकत सरकत बेडरूमच्या दाराकडे जाऊ लागलो आणि आईने एक हात दिव्यावर मारून दिवा विझवला.... आणि शेवटी आईने माझ्यावर झडप घातलीच. पण सुदैवाने तिचा नेम चुकला पण तिने माझा पाय पकडला व म्हणाली, "ते..ते..ते...तततss..तततss..तेतेsss..ओsss...वsss...!!!!"

आता तिच्या.... 'ओव..ला'...मी एक अशी लाथ हाणली नी स्वतःचा जीव मुठीत घेऊन बेडरूमचा दरवाजा उघडून बाहेर पडलो. हॉलमध्ये जाऊन लाईट लावली नी सोफ्यावर झोपलेल्या दिगंबरला जितक्या जोर जोराने हलवता येईल तितक्या जोराने गदगदून हलवून उठवलं. त्याने माझा घाबरलेला चेहरा बघून चौकश्या करू लागला. मी काहीच त्याला सांगण्याच्या परिस्थितीत नव्हतो. फक्त त्याला बेडरूमकडे बोट दाखवून खुणावत होतो की तेथे जा आणि बघ त्या आईचा अवतार. पण हा दिगंबर मलाच सोफ्यावर बसवितोय काय, पाणी काय देतोय. मी त्याच्या हाताला पकडलं आणि त्याच्या बकोटीला पकडुन बेडरूम

मध्ये न्यावे तसे त्याला बेडरूमकडे नेऊन गेलो. त्याला सांगितलं की, "बघ...दार... उघड... आई...!" (एक हात छातीवर ठेवून वाढलेला हृदयाचा ठोका शांत करत नी पोटातला आलेला गोळा पोटावर हात ठेवून नमवत मी एक एक शब्द चार चार श्वासानंतर उच्चारत होतो)

"आई??!!! काय झालं आईला??!!!"

दिगंबरने बेडरूमचं दार हळूच उघडलं. मी दिगंबरच्या मागेच उभा होतो. त्याने एक हात आत टाकून बेडरूमची लाईट लावली आणि दार पूर्ण उघडलं. मी पण त्याच्या पाठून बेडरूममध्ये शिरलो तर...

...तर ती बेडवर झोपलेली होती.

दिवा विजलेला होता. पोथीही दिव्याच्या बाजुला होती पण ती रक्ताने भिजलेली नव्हती. आई बेडवर गाढ झोपलेली होती. आता दिगंबर माझ्या तोंडाकडे बघून मला म्हणाला, "काय आहे? काय आहे? सांगा? आई तर झोपलेली आहे? तुम्ही स्वप्न-बिप्न पाहिलं असेल. झोपा शांतपणे..." त्यानी मला बेडवर झोपवलं नी लाईट बंद केली. मला आता झोप जराही येणार नव्हती कारण ते रक्त गेलं कुठे?, आई आता झपाटल्यागत करत होती आणि अचानक चित्र कसं बदललं? मला हे प्रश्न हैराण करत होते आणि त्याहीपेक्षा हैराण करणारा प्रश्न म्हणजे आता हा दिग्या सगळी हकिकत उद्या सकाळी माझ्या बायकोला मीठ मसाला चोळून वर त्यात तेल ओतून सांगणार.

आठवा दिवस, १०:२२ सकाळचे

हॉल मधुन कुणीतरी मोठ्याने बडबड करतेय असं जाणवलं. म्हणून बेडवरून झोपेतून जागा होत डोळे चोळत मी हॉलमधे आलो. तेथे एक ब्राम्हण मांत्रिक आलेला आणि तो दिगंबर, आई आणि माझी बायको त्यांच्याशी बोलत होता. मी हॉलमधे आलेलो बघताच सगळे बोलायचे गप्प झाले. मला बघून मांत्रिक बाबाने नमस्कार केला. (तसा तो बाबा-बिबा बोलावं तेवढा काही म्हातारा नव्हता तर एक चाळीसीतला असेल) आणि हसून मला म्हणाला, "मी पुण्यावरनं आलोय."

"अच्छा!" मी सोफ्यावर बसत म्हणालो.

माझं डोकं जड झालेलं आणि आईला बघून अजूनच दुखत होतं. माझी बायको चहा ठेवायला किचन मध्ये गेली.

"आपण कुठचे?" मांत्रिकाने त्याची तपकिरीची डबी त्याच्या झोळीतून बाहेर काढत म्हणाला.

"मी रत्नागिरीचा. सध्या मी मुंबईतच असतो. माझी नोकरी येथे आहे आणि तसं कामानिमित्त मुंबई बाहेरही जावं लागतं."

"बरं! बरं! लग्नाला किती वर्ष झाली?" तपकिरीची एक चिमूट नाकात हुंकत मांत्रिक म्हणाला.

"एक... दीड... हो.. हो...दीड" मी मनात मोजून सांगितलं.

"वर्ष??" 'वर्ष' हा शब्द आणि त्याच वेळेला न आवरता आलेली शिंक याने 'ष' ला फव्वारा मांत्रिकाने नाकातून फवारला.

"हो!" मी उडालेला फव्वारा पुसत म्हणालो.

मांत्रिकाला हातपाय धुवायचे होते म्हणून दिगंबर त्यांना बाथरूम दाखवण्यास त्यांच्या सोबत गेला. आता आई सोफ्यावर बसून होती नी मी तिच्याकडे बारीक लक्ष देऊन बसलो होतो. आईने माझ्याकडे जसं बघितलं तसा मी तेथून उठून जायला लागलो. तेव्हा आई म्हणाल्या,"जावई बापू! झाली का झोप? नाय तुम्ही १० वाजता उठलात म्हणून ईचारलं."

"हो हो! छान लागली झोप." रात्री काय घडलं आणि तिच्या मुळेच माझी झोप कशी उडाली हे माझ्या खेरीज दिगंबरलाही ठवुक होतं, पण अजून त्याने कुणाला सांगितलं नाही ह्याचं मला समाधान वाटलं.

"तुम्हाला लागली का झोप?" मी आईंना विचारलं.

"हो हो! लई झकास लागली हो झोप." आई म्हणाली.

आई तिची केसांची गुत काढण्यात पुन्हा मग्न झाली. मी हळूच आईला ऐकायला जाईल इतक्या स्वरात उच्चारलो, "ते..ते..ते...तततss..तततss..तेतेsss..ओsss...वsss...!!!!"

"कय झालं हो जावईबापू? काय हे? ओवा-बिवा पायजे का तुम्हाला?" आईने हसून विचारलं.

"नाही काही नाही" म्हणून मी तेथून पळालो.

मी अंघोळ करत होतोआणि माझ्याच बाबतीत घडत असलेल्या घटनांचा विचार सुध्दा. मला एक कळत नव्हतं की जर माझी बायको माझ्या बेडरूममध्ये नव्हती तर ती कोणी दुष्ट आत्मा आता बायकोला

सोडून आईच्या आत का शिरली? मग माझ्याच बेडरूममध्ये येण्याचा आणि मला मारण्याचा प्रयत्न का? मी काही कुणाचं घोडं मारलं नाही तरी मला शिक्षा का? खरच हे सगळं रात्री घडते ते खरं आहे की मला वेड-बिड तर लागलं नाही ना?

मी टॉवेल गुंडाळून बाथरूम मधुन बाहेर निघालो आणि समोर मांत्रिक उभे. मी बाथरूमचा उंबरठा ओलांडणार तेवढ्यात त्यांनी माझा हात पकडला आणि पुन्हा मला बाथरूममध्ये घेऊन आले आणि दार लावून घेतलं.

"अहो मांत्रिक बाबा हा काय प्रकार आहे???"

"अहो शांत व्हा! शांत व्हा!! सांगतो सांगतो... पहिले तुम्ही मला मांत्रिक बाबा बोलणं सोडा आणि फक्त भटजीबुवा म्हणा. तुमचं तोंड बंद करा! आणि मी काय सांगतोय ते ऐका!" (मला मांत्रिक जरा घाबरलेल्या आणि काहीश्या अस्वस्त अवस्थेत जाणवला)

मांत्रिकाने बाथरूम मध्ये मला नेऊन बाथरूमचं दार बंद केलं आणि बाथरूमची लाईट सुध्दा.

"आता बोला बाबा." मी दबक्या आवाजात विचारलं.

"बाबा नाही हो! बुवा, भटजीबुवा. मी एक कोकणातला ब्राह्मण आहे मला भटजीबुवा म्हणूनच ओळखतात सगळे."

"बरं भटजीबुवा! आता सांगा मला की काय झालं? नी हे असं चोरून मला बाथरूममध्ये बंद करून का सांगताय सगळं?" मी गरमीने आत हैराण होऊन त्या भटजी बुवाला म्हणालो.

"तुमचं लग्न कसं झालं ह्या मुलीशी?" एकदम हळू स्वरात भटजी मला म्हणाले.

"अहो हे तुम्ही मला बाहेर पण..." माझा आवाज वाढला म्हणून लगेच भटजींनी तोंडावर हात ठेवून माझं तोंड बंद केलं.

"अहो! हळू बोला! हळू बोला आणि येथेच मला सांगा."

भटजींनी तोंडावरचा हात काढला आणि मी सांगू लागलो, "माझं माझ्या बायको बरोबरचं लग्न म्हणजे एक अपघात होता तो असा की संध्याकाळची वेळ होती. मी माझ्या ऑफिसच्या अन्यूअल फंक्शनसाठी मी माझ्या रत्नागिरीच्या घरी मुकाम्माला आलो होतो. कोकणात

माझ्या कार मधून मुंबई गोवा महामार्गावर भर वेगाने सुसाट जात होतो. साधारण मी खेड पर्यंत पोहचलो असेन मला आधीच खूप उशीर झालेला निघायला आणि सकाळपर्यंत पोहचायचं होतं. त्यामुळे मी माझी कार ओव्हरटेक करत जात असताना दुसऱ्या बाजून येणाऱ्या गाडीला मी धडक दिली. ती गाडी फार लांब पर्यंत जाऊन एका झाडाला धडकली. मी माझ्या कार मधुन उतरून त्या अपघात झालेल्या गाडीकडे जाऊन पाहिलं तर फार धूर इंजिन मधुन निघत होता. गाडीचा मागचा दरवाजा धडकेमुळे उघडला गेला होता. गाडीत बसलेल्या चारही व्यक्ती बेशुद्धावस्थेत पडल्या होत्या. मी एकेकाला बाहेर काढलं आणि माझ्या कारमधे बसवून खेड म्यूनसिपाल्टी हॉस्पिटलमध्ये भरती केलं. त्यांचा श्वास चालू होता. जास्त रात्र झालेली म्हणून मी माझा फोन नंबर रिसेप्शनवर बसलेल्या महिलेला दिला आणि घरी परतलो. काही दिवसानंतर रात्रीच्या वेळेस दोन महिला माझ्या घरी आल्या त्यातल्या एकीला मी लगेच ओळखलं. हि तिच होती जिला मी अपघातातून वाचवलं. त्या दोघी म्हणजे माझी आत्ताची बायको आणि तिची आई. त्यांनी मला असं सांगितलं की त्यादोघी लग्नासाठी शेजारच्या गावात जात होत्या. पण चालकाचा तोल गेल्याने अपघात झाला. तसेच त्या अपघातात ह्या दोघीच वाचल्या. पण इतर दोघांचा हॉस्पिटल मध्ये मृत्यू झाला. त्या दोघी फार लांबून आणि रात्री आल्यामुळे मी त्यांना तेथेच राहण्याचा आग्रह केला तसेच मला मुलगी आवडल्यामुळे मीच त्या रात्री लग्नासाठी मागणी घातली. त्यांनाही मी पसंद होतो म्हणून लगेच दुसऱ्या दिवशी तबोडतोब लग्न बाजूच्या मंदिरात केलं. मी माझ्या ऑफिसच्या कामानिमित्त मुंबईलाच असतो म्हणून माझ्या रत्नागिरीच्या घरात मला कधीतरी जाता येते. मी लग्ना नंतर दुसऱ्या दिवशी मुंबईला आलो. मग गेले दीड वर्ष मी मुंबई मधेच होतो. कधी अधेमधे मी कोकणात गेलो की रत्नागिरीच्या घरात जायचो तेथे माझी बायको आणि तिची आई राहायची. माझी बदली कायम स्वरुपी मुंबईलाच करून मग मी काही दिवसांपूर्वीच मी माझ्या बायकोला आणि आईला येथे मुंबईच्या घरी बोलवून घेतलं. तिच्या आईने तिच्या मुंबईच्या कुठल्यातरी नातेवाईकांकडे काही दिवस राहण्याचं ठरवलं

म्हणून मी सुद्धा काही नाही म्हणालो. पण आता कालच मी आईला सुध्दा तातडीने फोन करून बोलावून घेतलं. पण आता....

"पण आता काय?" भटजी म्हणाले.

"आता...आईच्या अंगात ती कोणी सटवी आहे ती घुसलेली काल रात्री."

"झालं! जे नाही व्हायला पाहिजे होतं तेच झालं." भटजी फार अस्वस्थ होऊन बोलत होते.

"काय झालं भटजीबुवा?"

"अहो! आता तुम्ही बसा येथे मी चाललो पुन्हा माझ्या पुण्यात." भटजीबुवा म्हणाले.

"भटजीबुवा! तुम्ही मला कळेल असं सांगताय की नाही आता?" मी जरा रागातच म्हणालो.

"हे बघा! मी तुम्हाला सध्या एवढच सांगेन की हे घर झपाटलं गेलं आहे आणि तुम्ही सुद्धा...मी घरात पाऊल ठेवलं तेव्हाच माझ्या मनात शंकेची पाल चुकचुकली. पण अचंभित झालो मी हे बघून की ह्या सगळ्यांचे पाय उलटे कसे नाहीत?" भटजीबुवा म्हणाले. भटजी मला जे काही सांगत होते त्याचा मला आधी सुध्दा अनुभव आला होता. म्हणून मला त्यांचं बोलणं वागवं वाटलं नाही.

दुपारची जेवणं आटोपली कुणी कुणाशी जास्त बोललं नाही. शिवाय भटजींना लगेच काही घरातून पळताही आलं नाही. त्यांना उद्या दुपारहून जाण्याची परवानगी मिळाली. पण आजची रात्र ही पुन्हा तशी झपाटलेली नसावी अशी मी प्रर्थना सतत करत होतो.

रात्रीचे, २:३६

आज आम्ही सगळे एकत्र एका बेडरूममध्ये झोपणार होतो. म्हणजे मी रोज रात्री घाबरून जे काही सांगतो ते असे उगाच नाही हे त्यांना पटवून देण्यासाठी. मी, माझी बायको, मग तिची आई अशा क्रमाने आम्ही तिघं एकाच बेडवर झोपलेलो. तर दिगंबर आणि भटजी खाली झोपलेले. मला कधी झोप लागली हे कळेलच नाही.

बाहेर थंडी एवढी होती की अंगावर गोधडी घेतली नी कितीही त्यात शिरून झोपलो तरी थंडी गोधडीत शिरून अंग बधीर करून टाकून शहारे

आणून झोंबत होती. माझी बायको उठून बसली. मला पूर्ण कल्पना येऊन चुकली होती की काहीतरी भलतं-सलतं घडण्याची वेळ आली आहे. पण ह्या वेळेला मी जरा बिधास्त होतो. कारण माझ्या आजूबाजूला तिघं जणं होती आणि आता हा प्रॉब्लेम माझ्या एकट्याचा राहीलेला नव्हता तर सगळ्यांचा झालेला.

ती उभी राहिली...

आणि चालत दरवाज्यापाशी जाऊन दार उघडू लागली...

मी आईला उठवायला लागलो...

आई उठली आणि बायकोला दार उघडताना पहिलं. बायको दार उघडून बाहेर पडली. तसं मी दिगंबर आणि भटजींनाही उठवू लागलो.

"अहो! ती बाथरूमला जायला उठली असेल" दिगंबर अर्ध्या झोपेतून वैतागून मला म्हणाला.

"नाही दिगंबर! बाथरूमला नाही...तिच्या अंगात ती आली आहे" आतापर्यंत भटजींनीही माझं आणि दिगंबरचं बोलणं ऐकलं होतं. दिगंबर उठून बसला. आई केव्हाच बायको कुठे जाते हे बघण्यासाठी तिच्या मागे मागे गेली होती.

"ते जाऊ दे! बिडी आहे का बिडी?" दिगंबर मला विचारु लागला .

"बिडी आता?" भटजी अवाक् होऊन म्हणाले.

"हो बिडी! बिडी आहे का बिडी?" (दिगंबरचा आवाज बदलेला जाणवत होता. काहीसा आवाज बसल्यागत असा)

"तुम्ही बिडी केव्हापासून ओढायला लागले?" मी चक्रावून दिगंबरला विचारलं.

दिगंबरने दोन हात जमिनीवर टेकले आणि दोन्ही पाय वर उचलले व फक्त दोन हातांवर चालू लागला. तर उलट्या डोक्याने मला पुन्हा पुन्हा म्हणू लागला, "ए! बिडी दे! बिडी दे मला..!" घसा फोडून मोठ्यांनी ओरडून मला म्हणू लागला.

एव्हाना भटजींनाही काहीतरी भलतं सलतं घडतेय हे कळून चुकलेलं. मला त्यांनी इशाऱ्याने 'पळा पळा' केलं. मी चटकन तेथून पळालो आणि बेडरूम बाहेर पडलो. काळोख खूप होता मी लाईट लावयला किचनमधे गेलो. तेथे माझी बायको किचनच्या सिंक (भांडी धुण्याच्या बेसिन)

मध्यें मांडी घालून नी डोळे बंद करून बसलेली. मी जवळ गेलो आणि तिच्या खांद्यावर हात ठेवला. तिने डोळे उघडले. तिची बुब्बुळा पांढरी...टीम...टीम...डीम... करत लाईट गेली. मी तेथून हॉल मध्ये गेलो तर तेथे आई सोफ्यावर भिंतीच्या दिशेला तोंड करून मांडी घालून बसली होती. अंधार खूप होता पण स्ट्रीट लाईटचा प्रकाश जेमतेम घरात सामावला होता. त्यामुळे अंधुक उजेडात मी आईच्या खांद्यावर हात ठेवला आणि तिला सांगू लागलो, "ती...ती...तेथे आहे... किचन मध्ये...ती...ती..." (घाबरून माझी बोबडी वळली होती)

आईने माझ्याकडे मान वळवून पाहिलं आणि म्हणाली, "ते..ते..ते...ततत्ss..ततत्ss..तेतेsss..ओsss...वsss!"

मी स्तब्ध! (फक्त आईंकडे बघत)

मान वाकडी तिकडी करून आई पुन्हा उच्चारली, "ते..ते..ते...ततत्ss..ततत्ss..तेतेsss..ओsss...वsss!"

मी पुन्हा स्तब्ध उभा!! (फक्त आईंकडे बघत)

आईने टुणकन माझ्याकडे उडी मारून पुन्हा उच्चारली, "ते..ते..ते...ततत्ss..ततत्ss..तेतेsss..ओsss...वsss!"

आssआssआssआssआssआsssss!!! करत मी पळालो आणि दुसऱ्या बेडरूम मध्ये गेलो आणि दार लावून घेतलं. बेडरूममध्ये काळोख होता. तितक्यात दार 'धाड धाड' करून कोणीतरी वाजवत होतं. मी ठरवलेलं की कुणीही असो आता दार काही उघडायचं नाही. बाहेरून आवाज आला, "अहो! उघडा...दार उघडा...मी भटजीबुवा आहे हो."

"काय झालं भटजीबुवा?" मी दार न उघडताच विचारलं.

"अहो...ते दिगंबर साहेब..." भटजी धापा टाकत म्हणाले.

"त्या दिगंबरला काय बिडी की विडी काय ते मागतो आहे ते देऊन टाका...आणि गप्प करा त्या मुर्खाला! पण मी काही दार उघडणार नाही!" मी भटजीला ठामपणे सांगितलं.

"अहो ते दिगंबर तुमच्याच बेडरूम मध्ये शिरले आहेत... मागे पलटून बघा!" भटजीबुवा म्हणाले.

"मी मागे वळुन बघितलं तर! दिगंबर दोन हातावर भरभर माझ्या अंगावर धावून आला आणि उभ्या पायांच्या लाथा "ए बिडी दे! ए बिडी

दे" करून माझ्यावर अंधारात झाडायला लागला. मी त्याच्या लथांना दूर लोटत दार उघडलं आणि बाहेर पळणार तेवढ्यात भटजी मला समोरच्या बाथरूममध्ये काळोखात उभे दिसले. मला हाताने बोलवत होते नी सांगत होते की 'बाथरूम मध्ये या!' मी लगेच धावत जाऊन त्यांच्याकडे गेलो.

"हे बघा! आता कुठलीच जागा राहिलेली नाही आहे घरात!" (भटजी घाई घाईने सांगत होते) तुम्ही त्वरित ह्या बेसिनवर चढून वरच्या पाण्याच्या सिंटेक्स टाकी मध्ये जाऊन बसा!" भटजीबुवा म्हणाले.

"सिंटेक्स टाकी मध्ये?" मी अचंभित होऊन विचारलं.

"दुसरा कुठला पर्याय नाही आहे पंत! जावा जावा! मी सिंटेक्स मध्ये येणाऱ्या पाण्याचा कॉक बंद केला आहे. त्यामुळे निश्तिन्त त्यात पडून रहा सकाळपर्यंत! मी सुद्धा घराबाहेर पडतो आणि माझा जीव वाचवतो." भटजीबुवा म्हणाले.

माझ्या हाताला धरून त्यांनी बेसिनवर उभं केलं. मी कसंबसं पाईपांना धरून नी एकपाय भिंतीवर टाकून बाथरूमच्या छोट्या माळ्यावर असलेल्या सिंटेक्स टाकीवर चढलो नी टाकीला असलेल्या झाकणाला उघडून मी आत शिरण्याचा प्रयत्न करू लागलो. मी एकदाचा त्या टाकीत शिरलोच. टाकीत पाणी कमी होतं म्हणून मला रिकामी जागा जास्त मिळाली. अर्ध्या भरलेल्या टाकितल्या मरणाच्या थंड असलेल्या पाण्याने मी जास्तच थरथरायला लागलो असलो तरीही बाहेरपेक्षा आतली परिस्थिती मला फार बरी वाटत होती. आत जास्त मिट्ट काळोख नी शांतता होती त्याने मी कुठली कुणाची चाहूल लागते का ते मी पाहत होतो. मी सिंटेक्स टाकीत दबा धरून होतो. तेव्हा फक्त माझ्या श्वासाचा आवाजच टाकीत घुमत होता नी तो आवाज केवळ मलाच ऐकु येत होता.

काही तासांनंतर...

मला कुणाचीतरी कुजबुज ऐकू येऊ लागली...

अस्पष्ट शब्द हळूहळू स्पष्ट होत जाऊ लागले...

आणि मी ज्या सिंटेक्स टाकीत लपलो होतो त्या बाथरूमचं दार उघडलं गेलं...

कुणी उघडलं असेल??? आता काय होईल नी काय प्रकार बघायला मिळेल??? ह्याकडे माझं सगळं लक्ष लागून राहिलं...

आता एकदम स्पष्ट बोलणं एकू येऊ लागले, "ह्या वरच्या टाकीत आहे!...मीच कोंबून ठेवलं आहे!..." भटजी म्हणाले.

"मला तो पाहिजे... काढ बाहेर..." एका चांडाळनीचा भारदस्त आवाज मला ऐकु येत होता पण कोण आहे ते पाहू शकत नव्हतो.

"नववी रात्र जाऊ दे हो!!...अजुन एक दिवस काढा... दहाव्व करू आणि मग तेरावं तुम्ही तुमच्या हातानेच करा...!" भटजी कुणाला तरी सांगत होते.

आणि दार बंद केलं.

दुसऱ्यदिवशी, दहावा दिवस, सकाळचे ९:३५,

बाथरूमचा दरवाजा धाड करून उघडला गेला.

"हे बघा! येथे आहेत हे लपलेले! मी वेड्यासारखी घरभर शोधलं...कुठे कुठे फोन नाही केले मी. नी ह्यांना सकाळ पासून शोधत आहे पण हे ह्यांच्या पायांचे ठसे पहा! बेसिनवर पायांचे ठसे आणि भिंतीवर सुध्दा हे ठसे बघा! हे नक्कीच येथे ह्या वरच्या टाकीत आहेत." माझी बायको कुणाला तरी म्हणत होती.

सिंटेक्स टाकीवर 'थाड थाड' आवाज झाला म्हणून मी टाकीतून बाहेर पडायला लागलो.

मी बाहेर आलो नी खाली उतरलो. समोर बायको, आई, दिगंबर, भटजी आणि सोबत एक पोलिस इन्स्पेक्टर नी हवालदारही होते.

"साहेब! ह्या सगळ्यांना अरेस्ट करा. ही सगळी भुतं आहेत, चांडाळ आहेत, पिशाच्च आहेत." मी त्या पोलिस इन्स्पेक्टरला सांगू लागलो.

हे बघा! हे असे करतात सारखे! ह्यांना आम्ही भुतं वाटतो आहोत... एकतर स्वतःवर ट्रिटमेंट पण नाही करत...आणि आता तर हदच केली ह्यांनी... सरळ सिंटेक्स टाकीत जाऊन बसले हे !" बायको मोठ्या मोठ्याने इन्स्पेक्टरला सांगत होती.

माझ्या एका हाताला हवालदारने नी दुसऱ्या हाताला इन्स्पेक्टरने पकडलं आणि मला घेचत घेऊन जाऊ लागले, "चला साहेब! तुमच्या नावाने एफ.आय.आर. आहे.

"कसली एफ.आय.आर.?!" मी हात सोडवत म्हणालो.

"तुम्ही हे असे विक्षिप्त आणि वेड्यासारखे वागता आहात आणि तुम्ही तुमच्या परिवाराला मानसिक त्रास देत आहात अशी लेखी तक्रार आज ह्या मॅडम नी आमच्या पोलिस स्टेशनमध्ये येऊन केली आहे. तुमचा परिवाराच तुमच्या विरुद्ध तक्रार करतोय त्यामुळे तुम्हाला पहिले पोलिस स्टेशन मध्ये यावं लागेल." इन्स्पेक्टर नी हवालदारही त्या भूतांच्या टोळीत सामील झालेले की काय? आणि त्यांनी माझ्या विरोधात काय काय सांगून तक्रार नोंदवली आहे हे कळत नव्हतं. मी इन्स्पेक्टरच्या व हवालदार बरोबर घराबाहेर पडत होतो. कमरेने झुकलेली आई एक हात पाठीवर घेवून नी दुसऱ्या हाताने माळ जपत बाजुला उभी होती, बायको हाताची दोन बोटं दोन डोळ्यांच्या मध्ये ठेवून उभी होती, तर दिगंबर तिच्याच मागे उभा होता आणि भटजी भिंतीला चिकटून उभा होता. मला ह्या सगळ्या भूत पिशाच्चच्या टोळीने फसवलं होतं नी पोलिसांच्या सापळ्यात अडकवलं होतं.

पोलिसांनी तुरळक विचारपूस नी मामुली कारवाई केली व मला सोडून दिलं. मला पोलिस पकडुन घेऊन गेले ह्याचं मला मुळीच दुखत नाही झालं. शिवाय झालं ते एकंदर बरंही झालं त्यांनी मला त्या पिशाच्चच्या टोळी पासून सोडवलं तरी. पण दुखः ह्याचं होतं की पोलिसांनी माझं एक न ऐकता मलाच वेडं ठरवलं. माझं मानसिक संतुलन ठीक नसल्याने मी माझ्या परिवाराला रोज रात्री मानसिक त्रास देऊन छळ करत आहे असा आरोप त्यांनी त्यांच्या रजिस्टर मध्ये नोंदवला. तसेच मला त्यांनी ताकीद दिली की मी हा छळ आज पासून थांबवून मी स्वतःवर त्वरित मानसिक उपचार केला पाहिजे. जर का यापुढे काही पुन्हा तक्रार माझ्याविषयी नोंदवली गेली तर मला मोठ्या परिस्थितीला सामोरं जावं लागेल आणि पोलिस खाते त्यांच्याप्रमाणे योग्य ती कार्यवाही करतील ह्याची मी दाखल घ्यावी.

मी रस्त्यातून माझ्या घराच्या दिशेने चालत होतो. माझ्या डोक्यात अजुन ती आज सकाळची कुजबुज मला ऐकु येत होती जी मी सिंटेक्स टाकीत ऐकली होती. त्यातले भटजींनी वाक्य म्हणजे,

"...मीच कोंबून ठेवलं आहे...

नववी रात्र जाऊ दे हो!!...
अजुन एक दिवस काढा...
दहाव्व करू आणि मग तेरावं....."
(मला तेच तेच सतत बोलणं आठवत होतं)
दहाव्व करू आणि मग तेरावं.....!
दहाव्व करू आणि मग तेरावं.....!
दहाव्व करू आणि मग तेरावं.....!"

म्हणजे आज माझं दहाव्व आहे. कारण भटजींच्या म्हणण्यानुसार कालची रात्र ही नववी रात्र होती तर आजची दहावी रात्र होती म्हणजे आज माझं काही खरं नव्हतं. बहुतेक आजचा दिवस हा माझा शेवटचा दिवस असावा. मला काय करावं तेच सुचत नव्हतं. पाहिले बायको, मग सासू, नंतर दिगंबर आणि आता भटजी सुध्दा पिशाच्च बनून माझी वाट लावतील, हे मला जराही ध्यानी मनी वाटलं नव्हतं. आता करायचं काय? आणि आपण ह्यातून स्वतःला कसं काय सोडवून घेऊ? ह्याचा मी विचार करत भर उन्हातनं चालत होतो. पानं गळालेली झाडं, सुकलेली गवतं, रस्त्यावरचं तळपत उन्हं व त्यात समोर असलेलं माझं भुतांनी झपाटलेलं घर मला आज माझ्या दहाव्यासाठी बोलावत होतं.

मी माझ्या बिल्डिंगच्या लिफ्ट मध्ये जसा शिरलो तसा समोर बघतो तर भटजीबुवा लिफ्ट मधुन बाहेर पडले आणि मला घेऊन कुठेतरी जाऊ लागले. मी न येण्याला विरोध केला कारण मी त्यांच्यावर विश्वास ठेवू शकत नव्हतो. तरी त्यांनी जबरदस्तीने मला बिल्डिंग पासून जरा दूर एका निर्जन जागी नेलं.

"काय आहे भटजीबुवा? मला येथे कशाला आणलत?" त्यांचा माझ्या खांद्यावरचा हात काढत नी वैतागून म्हणालो.

"शांत व्हा! पहिले शांत व्हा!" भटजी मला शांत करत म्हणाले.

"एकतर तुम्ही मला फसवलत. शिवाय पोलिस मला घेऊन जात होते तेव्हा माझ्या बाजूने आलात नाही आणि आता अजुन काय सांगायचं आहे? मला कळून चुकलं आहे की तुम्ही सुध्दा त्या भूतांच्या टोळीला मदत करत होतात आणि मी बळीचा बकरा होतो." मी रागात म्हणालो.

"नाही! नाही!! नाही!!! गैरसमज करून घेऊन नका माझ्याविषयी. म्हणजे तुम्ही जेव्हा टाकीत होता तेव्हा मी जे काही तुमच्या बायकोला म्हणालो ते सगळं खरं आहे. पण सत्य काय आहे ते मी तुम्हाला सांगतो ते तुम्ही ऐका! जेव्हा तुम्हाला मी टाकीमध्ये चढवलं त्यानंतर मी बाहेर गेलो. तुम्ही वाचलात पण मी अडकलो. तुमच्या बायकोने मला माझी मानगूट पकडली शिवाय आई माझ्या काना जवळच गुरगुरत होती नी दिगंबर तर माझ्या शेंडीलाच बिडी समजून ओढायला सुरवात केलेली. त्यामुळे मी ह्यावर युक्ती म्हणून त्यांना काही दिवसांचा अवधी मागून घेतला आणि मी घरा बाहेर पडलो नी पहिले तुम्ही सांगितलेल्या त्या खेड म्यूनसिपाल्टी हॉस्पिटल मध्ये माझ्या ओळखीच्या नातेवाईकाला पाठवून चौकशी सुध्दा केली तर मला एक धक्कादायक माहिती मिळाली. त्यांच्या माहितीनुसार, ज्या रात्री तुम्ही तुमच्या गाडीत टाकून ज्या चार व्यक्तींना हॉस्पिटल मध्ये एडमिट केलं त्यातली तुम्ही सांगितल्याप्रमाणे एकही व्यक्ती तेथे एडमिट झालेली नव्हती. आणि अचंभित करण्याची गोष्ट म्हणजे मी लपून काढलेला फोटो जो मी त्या माझ्या नातेवाईकाला पाठविला होता तोही त्यांना दाखवला तर त्यांनी तो फोटो पाहून आजूबाजूच्या स्टाफला बोलावून दाखविला आणि सर्वांनी एकच गोष्ट त्याला सांगितली की ह्या व्यक्ती खेड मध्ये राहत होत्या आणि ह्यांचा कार अपघातात मृत्य होऊन खूप वर्षे झाली आहेत शिवाय त्यांनी त्याला ह्यांची संपूर्ण माहिती तेथील स्थानिक लेकांनीही हीच दिली की ही लोकं आता भुतं बनून लोकांना दिसतात. तर ह्यांच्या पासून झपाटले गेलात तर वाचण्यासाठी एकच पर्याय आहे तो म्हणजे ह्यांचं भक्ष व्हा आणि मरून ह्यांच्या बरोबर भूत बनून फिरा."

"हे काय बोलताय भटजी बुवा?!! काहीतरी उपाय सुचवा हो!" मी घाबरत भटजींना म्हणालो.

"घाबरु नका! शांत व्हा! मी माझ्या गुरूना आज सकाळीच फोन केलेला आणि सगळी हकिकत सविस्तर सांगितली आहे. ते ह्यावर उपाय शोधत आहेत आणि आता काही वेळातच फोन करतील मला."

"तोपर्यंत?"

"तोपर्यंत चला तुमच्या घरी जाऊन तुमच्या बायकोच्या हातचं जेवण जेवू या!" भटजी हसत म्हणाले.

"भटजी बुवा? अशावेळेस तुम्हाला मजाक सुचते? आणि ती बाई भूत आहे माझी बायको नाही आहे." मी रागात म्हणालो.

"अहो शांत व्हा! तुमच्या एक लक्षात येतय का? जे काही घडतेय ते सगळं रात्री. सकाळी सगळं नॉर्मल असते. तेव्हा आपल्याला सकाळी काहीच धोका नाही आहे. तसा मला माझ्या गुरूवर पूर्ण विश्वास आहे एव्हाना त्यांचा फोन येऊन जाईल आणि जालीम उपाय ते शोधून देतील. शिवाय आता...आहे ती बाई तुमची बायकोच! हे अमान्य करून चालणार देखील नाही. तेव्हा चला तर घरी आराम करू नी पोटभर जेऊ!

"हो चला तुम्हाला मी माझ्या दहाव्याचं जेवण वाढतो घरी जाऊन!" मी थोडा नाराज होऊन भटजींना म्हणालो.

मी आणि भटजी घरी आलो. सगळे जणं घरात असे वावरत होते जसं काही झालाच नाही आहे पण माझ्याशी बोलत मात्र कुणीही नव्हतं. दुपारची जेवणं ही आटोपली. दुपार ओसरून आता संध्याकाळ होण्याच्या तयारीत होती. पण त्या भटजींच्या गुरुजींचा काही फोन नव्हता.

रात्रीचे ७:४०

"अहो! एकदा फोन करून त्यांना विचारा तरी अजुन किती वेळ लागेल?" मी चिंतेने ग्रस्त होऊन भटजींना विचारलं.

"शंभर वर्षे आयुष्य! हा बघा आला त्यांचा कॉल! हा हॅलो! हा बोला गुरुजी! अच्छा... अच्छा...! मी देतो त्यांना! (फोन वर एक हाथ ठेवत मला म्हणू लागले) हा घ्या फोन!! गुरुजींना तुमच्याशी बोलायचं आहे." भटजींनी फोन माझ्या हातात दिला.

"नमस्कार गुरुजी!"

"नमस्कार! बुवांनी मला तुमच्या बद्दल सांगितलं आणि मी आज सकाळपासून हा नक्की काय प्रकार आहे ह्याच्या शोधात होतो आणि मला जी शंका वाटत होती तेच झालं आहे तुमच्या संगती." (गुरुजींच्या आवाजात घश्याची खरखर फार होती; जणू ८०-९० वयोगटातील वृद्ध!)

"म्हणजे नक्की काय प्रकार आहे हा?" मी विचारलं.

"तुमचा कदाचित विश्वास नाही बसणार. पण फार बिकट परिस्थिती ओढावून घेतली आहे तुम्ही. बाइबल सांगते की मृत्यू नंतर लोकं कब्र मध्ये 'दीर्घ वेळेसाठी झोपतात", त्यांचा भविष्यामध्ये पुनरुत्थान होणार. पण माझ्या भूत शास्त्रानुसार भुताने केलेल्या हत्येने तुम्ही दैवी जीवन मरण चक्रातून कायमचे मुक्त व्हाल नी भूत बनून अनंत काळ फिरत बसाल.

"गुरुजी माझा जीव माझ्या गळ्यापर्यंत आला आहे. कृपा करून काहीतरी उपाय काढा... ही भुतं का माझ्या मागे लागली आहेत आणि आहेत तरी कोण ही भुतं?!" मी फारच चिंताग्रस्त होऊन गुरुजींना विचारलं.

"तुम्ही ह्या भूतांच्या भूलभुलैया मध्ये सापडला आहात. मी ह्या भुतांबद्दल माहिती मिळवली आहे ती मी तुम्हाला संक्षिप्तपणे सांगतो. भूत शास्त्राप्रमाणे, भूतांचे बरेच प्रकार पडतात. त्यात कोकणातील भूतांचेच केवळ ३२ प्रकार पडले आहेत आणि तुमच्या मागे जी भुतं लागली आहेत ती एका प्रकारातील नसून ती चार वेगवेगळ्या प्रकारातली भुतं आहेत. हि भुतं तुमच्या मागे लागून राहतील जोपर्यंत ते तुम्हाला हलाल करून, घाबरवून मारणार नाही तोपर्यंत. हा खेळ त्यांनी केव्हाच संपवला असता पण तसं झालं नाही. कारण तुम्ही लग्ना नंतर मुंबईमध्ये आलात त्यामुळे तुम्ही काही अवधीसाठी वाचलात. तशी ह्या एका भुतामध्ये एवढी शक्ती नाही की जे तुम्हाला इतक्या लांबचा प्रवास करून तुम्हाला भेटण्यास येऊन तुम्हाला मारतील. तुमच्या बायकोने आणि सासूने इतर दोन प्रकारच्या भुतांची मदत घेतली आणि ह्या मदतीने चारही भुतांची शक्ती एकवटली. ज्यामुळे आता ही भुतं सामान्य माणसाच्या रुपात राहून रात्री त्यांचे खरे रंग दाखवण्यास मोकळे होतात. तसा हा सगळा खेळ भटजींनी म्हटल्याप्रमाणे १० दिवसाचा आहे. म्हणजे १० दिवसांत तुमचा आत्मा बाहेर. आज तुमचं मरण निच्छित आहे समजा! तुम्हाला मारून तुमच्या शरीरात नवीन आत्म्याला त्यात घुसवून ती भुतं स्वतः ची ताकद अजुन वाढवतील. तर दोन दिवसांनी खऱ्या अर्थानं ते तुमचं तेरावं करतील.

"तेरावं करतील म्हणजे नक्की काय करतील???"

"तुमचं शरीर भुतांनी झपाटलेलं गेलेलं असेल, त्यांच्या वशमध्ये झालेलं असेल, तुम्ही तुमच्याच शरीरात परक्याप्रमाणे रहात असाल. तुमच्याच शरीरात तुम्हाला पुन्हा ते खेचून घेतली. पण तेव्हा तुमचं शरीर तुमचं नसून त्यांच्या अधिकाराप्रमाणे वागत असेल. आणि जरका तुम्ही त्यांच्या मनाप्रमाणे नाही वागलात तर बिना शरीराचं जीवन जगावं लागेल ते जीवन म्हणजे एका भटकलेल्या आत्माप्रमाणे भटकलेलं जीवन असेल.

"ही...ही...कुठल्या प्रकरांमधली भुतं आहे... आणि... आणि... आता मी काय करू? मी रथरून गुरूंना विचारत होतो.

"ही कोकणातील भुतं आहेत. त्यातला एक प्रकार 'शाखिणी' - म्हणजे तुमची बायको. ही स्त्री अविवाहित होती जी लग्नाला गाडी मधून जात असताना हिचा मृत्यू झाला. खरा तिचा अपघात हा खूप वर्षांपूर्वी झाला आहे. पण ही भुतं काळाला इतकं मागे परत घेचून आणू शकतात की त्याच अपघाताची ते पुनरावृत्ती करत होते. असे अनुभव कोकणात येणे आणि घडणे हे येथील स्थानिक रहिवाश्यांना नवीन नाही आहे. शाखिणी नावाचं भूत हे अविवहित स्त्रीचं असते जे कोकणातल्या अपघातामुळे निर्माण झालं. हि भुतं फार आतल्या गाठीची, फसवी आणि नजरभुल करणारी असतात. एकदाका तुम्ही ह्यांच्या जाळ्यात अडकलात तर मात्र सुटका नाही. हा पण जर कोणत्या ईसमाने शाखिणीशी लग्न केलं तर काय होईल ह्याचाच शोध मी घेत होतो. पण ह्यावर मला काही उपाय सापडला नाही.

दुसरा प्रकार गिऱ्हा - ह्याप्रकरातले भूत म्हणजे दिगंबर नाईक जो आता तुमच्या बायकोचा मित्र म्हणून उदयास आला आहे. स्थानिक लोकांशी विचारपूस केल्यावर मला कळलं की हा दिगंबर कोणी मित्र नसून हाच तुमच्या बायकोचा पहिला नवरा होता. भूतकाळात ही टोळी लग्न करून समाजातल्या लोकांना फसवून फरार होत असे. पण एकदा काळाने साथ दिली नाही आणि भीषण अपघात झाला त्यात पळून जात असताना दोघेही मरण पावले पण त्यांच्या लबाड स्वभावामुळे ते आज ही भूत बनून दुसऱ्यांच्या देहाची चोरी करून त्यात क्रूर, प्रेत आत्मांना शिरण्यासाठी मदत करून स्वतःची टोळी नी शक्ती दोन्ही

वाढवत आहेत. ह्या प्रकारातली भुते घाटांप्रमाणे कोकणातही दिसून येतात. ह्यांचं वैशिष्ट म्हणजे ही भुते पाणवठ्यावर जास्त येतात नी लोकांना पाण्यात ओढून घबरावण्याचे काम जास्त करतात. ह्यांना नेहमी काहीना काही हवं असते त्याची मागणी ते करत राहतात आणि जर का ते तुम्ही त्यांना दिलं नाही तर ते तुमच्यावर हावी होतात व ती गोष्ट मिळाल्याखेरीज तुमची पाठ काही सोडत नाहीत. आणि म्हणूनच ह्या भुतांपासून "काय गिऱ्हा मागे लागली आहे?" असा वाक्यप्रचार उदयास आला आहे.

तिसरा प्रकार आहे अवगत, म्हणजे तुमची सासू जिला तुम्ही आई म्हणता. तशी तिच्या पासून फार धोका नाही पण एकदाका तिने तिचं खरं रूप धारण केलं तर तिच्या उग्र अवतरलाच पाहून लोकं प्राण सोडून देतात. ही भुतं आवळा किंवा नागचाफ्याच्या झाडांवर वास करतात. ह्या तीनही भूतांच्या प्रकारांवर काहीही उपाय नाही आहे. ह्यांच्या शक्ती पुढे मृत्यू अटळ आहे. हो! पण मी माझ्या अनुभवावरून तुम्हाला एवढच सुचवेन की तुमची जर घाबरगुंडी उडाली तर तुम्ही गेलात कामातनं समझा. ह्या सगळ्यातुन वाचायचं असेल तर तोंडातनं 'ब्र' न काढता परिसथितील सामोरे जा.

आणि चौथा प्रकार म्हणजे ब्रह्मराक्षस..."

(गुरुजींचा फोन वरून आवाज येणं एकाएकी बंद झालं.)

"हॅलो!! हॅलो गुरुजी!!! हॅलो...गुरुजी तुमचा आवाज येत नाही आहे! चौथा प्रकार कुठला???!!! हॅलो?!! (मी लगेच भटजीबुवांना म्हणालो) ऐका भटजीबुवा! मला गुरुजींना पुन्हा फोन लावून द्या...फोन कट झाला..!"

"बहुतेक त्यांची विश्रांतीची वेळ झाली असेल हो पंत! काय झालं काही उपाय दिला का गुरुजींनी?!"

"नाही उपाय तर नाही दिला" मी निराश होऊन म्हणालो.

(एकाएकी लाईटही गेली...सगळीकडे अंधार झाला...)

"अरे ह्या लईटीला पण आताच जायचं होतं का?!" भटजीबुवा देव्हाऱ्यातल्या पणतीला पेटवू लागले.

पणती पेटली.

"भटजीबुवा! गुरुजींनी मला फोन कट होण्यापूर्वी कोकणातील भुतांच्या चौथ्या प्रकाराबद्दल सांगत होते."

"कुठला बरे असेल चौथा प्रकार?" भटजी हातातली माचिस काडी विजवून फेकून देत म्हणाले.

"मला नीटसं आठवत नाही आहे...पण ब्रम्ह... असं काहीतरी होतं." (मी दोन्ही हात डोक्यावर धरून आठवू लागलो) पण भटजीबुवा चार प्रकार कसे काय हो? चौथा कोण असेल?

"त्या थेरड्याने नको ते शेवटी बोललेच ना? आता झाला असेल त्याचा आवाज कायचा बंद! सांगितलं होतं तेवढं बोलायचं ते नाही! शेवटी पचकलाच! मला काही ऐकू येत नव्हतं का तुमचं बोलणं असं वाटलेलं का त्याला? बसला असेल आता बिना शरीराचा गावभर भटकत..."

मी झपकन भटजींकडे पाहिलं...

भटजीचे डोळे चमकत होते. मला समजायचं ते मी समजून चुकलेलो. तेथून उठून मी माझ्या बेडरूममध्ये गेलो. देव्हाऱ्यातला अंधुक उजेड बेडरूममध्ये शिरकावला होता. माझी बायको म्हणजे ती शाखिणी आज ७: ०० वाजताच झोपलेली होती. माझं आजचं मरण पक्क होतं आणि त्यावर काही उपाय नव्हता. माझ्या डोक्यात गुरुजींचे ते शब्द सतत आठवत होते ते म्हणजे - 'जर घाबरगुंडी उडाली तर तुम्ही गेलात कामातनं समझा. वाचायचं असेल तर तोंडातनं 'ब्र' न काढता परिसथितील सामोरे जा.' मी बेडवर जाऊन अंगावर गोधडी पांघरून झोपलो. शाखिणी म्हणजे माझी बायको पाठमोरी बेडवर गाढ झोपली होती. मी आज डोळे घट्ट मिटून घेऊन झोपून जायचं आणि आलच मरण तर पांघरुणातच मरून जायचं असं मनाशी ठरवलं होतं.

माझ्या डोळ्यांच्या पापण्या जड झालेल्या...

...आणि मी... पेंगता... पेंगता...

....झोपून गेलो...

आजची दहाव्वी रात्र, रात्रीचे २:३६

माझी झोप एकदम अचानक तुटली...

सर्वत्र अंधार असला तरी रस्त्यावरील स्ट्रीट लाईटचा अंधुक प्रकाश पसरला होता. माझी बायको बेडवर उठून बसली होती. ती उभी राहिली आणि बेडरूमचं दार उघडून बेडरूम बाहेर गेली. मी झोपूनच राहिलो नी डोक्यावर गोधडी घेऊन डोळे गच्च बंद केले. बेडरूमचं दार पुन्हा उघडलं गेलं कुणीतरी बाहेरून आत आल्याची चाहूल लागली.

बराच वेळ काही कसलाच आवाज नाही.

म्हणून मी गोधडी खाली घेतली नी समोर पाहिलं तर...

माझी बायको जेथे दाराच्या मागे कपडे लटकवतात तेथे हात नी केस सरळ सोडून त्या हूकला लटकली होती, माझी सासू बेडवर बसून सुपारी कतरण्याच्या अडकित्याने सुपारी कतरत होती आणि दिगंबर हातावर चालत नी पाय हवेत उचलून शतपावली करत होता. मी ठरवलेलं की गुरुजींचा शब्द पाळायचा आणि मौन ठेऊन जरा ही घाबरायचं नाही नी तोंडातून ब्र देखील काढायचा नाही. तसच बेडवर पडून राहिलो आणि गोधडी पुन्हा डोक्यावर घेतली.

जरा वेळाने मी पुन्हा गोधडी खाली सरकवली नी पाहिलं तर...

माझी सासू अगदी माझ्या जवळ बसून सुपारी कतरत आहे, माझी बायको हळू हळू फिरणाऱ्या पंख्याच्या पातीला तिची बकोटी अडकून ती लटकत होती आणि पाती बरोबर गोल गोल फिरत आहे. पण दिगंबर मात्र कुठे दिसत नव्हते. मी गोधडी अजुन जरा खाली सरकवली नी सगळीकडे नीट पाहू लागलो तर खरच दिगंबर कुठेच नव्हते...

अचानक...

माझ्या दोन्ही मांड्यांना कुणीतरी आवळून दाबते आहे असे जाणवू लागले...मी चादर पूर्णपणे काढून टाकली नी पाहतो तर...

...बेडच्या आतून माझ्या एका बाजूने एक टांग नी माझ्या दुसऱ्या बाजूने दुसरी टांग वर आलेली नी माझ्या दोन्ही पायांच्या मांड्यांना अजगरासारखे आवळून घडी मारून घेतलं होतं... दिगंबर नाईकने फक्त टांगा दिगंबरच्या बेडमधून बाहेर आलेल्या बाकी दिगंबरचा धडा पासूनचा भाग बेडच्या आत घुसून होता. त्यांच्या पायांची आवळन अधिकाधिक घट्ट होत होती.. दिगंबरने मला असह्य वेदनेने दाहून टाकलं होतं... माझा श्वास थांबून थांबून बाहेर पडत होता. आता सासूबाई

माझ्याकडे बघून हिंस्रपणे हसायला लागली होती तर मधेच गुरगुरायची... बायको अजुन छताच्या पंख्यालाच लटकलेली होती नी गरगर फिरत होती. मी दिगंबरच्या आवळनातून स्वतःला सोडवण्याची धडपड करत होतो. एकाएकी सासू ने माझा हात पकडला नी माझा अंगठा अडकित्यात टाकला...आता मी न राहून किंचाळलोच.... जसा मी "आईं ई ई ई....!!!!" करून किंचाळलो तशी पंख्याला लटकलेली बायको एकदम वरून खाली माझ्या अंगावर धपकरून पडली. आता बायको मला चावायला लागली नी मला घायाळ करू लागली...

मला पुन्हा गुरुजींचे ते शब्द आठवले कि "वाचायचं असेल तर तोंडातनं 'ब्र' न काढता सामोरे जा."

"तोंडातनं 'ब्र' न काढता सामोरे जा."

"'ब्र' न काढता सामोरे जा."

"सामोरे जा."

मी माझी सगळी प्राणशक्ती नी सहनशक्ती एकवटली आणि एकाएकी एकदम हसू लागलो. माझ्या किंचाळण्याचे रूपांतर मी खिडळण्यात सुरू केलं. त्यामुळे सगळी भुतं गोंधळली. सासू डोळे फाडून माझ्या तोंडाकडे पाहू लागली, बायको मला चावायचं विसरली नी दिगंबरने आवळनही सैल केली.

"ए दीग्या थकलास काय? आवळ.. आवळ... खूप मजा येतेय की... आणि तू गं! माझी एकुलती एक बायको तू चावयचं विसरीस का मला?? कृपा करून मला अजुन जरा कडकडून चाव! आणि आई काय त्या अडकित्याला धार-बिर केली का नाय कधी? एव्हाना माझी सगळी बोटं तुम्ही सुपारी सारखी कडाकड तोडली पाहिजे होती...(बायकोकडे बघून) हे बघ! तू माझी बायको आहेस म्हणून आतापर्यंत मी जराही तुला इजा पोहचवली नाही आहे आणि शिवाय तू मला कितीही चावलीस तरी मी तुला जराही काडीमात्र प्रतिकार करणार नाही. तू मला खुशाल चाव! तू भूत असलीस तरी काय झालं पहिले तू माझी बायको आहेस...आणि आई तुम्हीही भूत असला तरी तुम्ही आई समान आहात तेव्हा तुम्हालाही मी प्रतिकार नाही करू शकत. कारण तुमचा माझ्यावर अधिकार आहे. (मी जे काही बोलत होतो ते गुरूच्या बोलण्यावर विचार करून-करून शेवटी

प्रसंगावधान साधून परिस्थितीला न घबरता तोंड देण्याचं शिकत होतो)
आणि हो दिगंबर साहेब! आपला तिरस्कार मी कधी केलाच नाही आहे.
तुम्हाला मी मानच मान दिला आहे तेव्हा आताही माझ्या शेवटच्या
क्षणाला तुम्हाला निराश बिलकुल नाही करणार आहे. (माझ्या खिशातून
बिडीचं पाकीट काढून) हे घ्या! ह्या बिड्या घ्या तुमच्यासाठीच आणल्या
आहेत..."

ताडकन बेडरूमचं दार उघडलं...

भटजीबुवा बेडरूममध्ये केवळ पंचा नेसून आले, गळ्यात माळ नी
अंगाला सर्वत्र विभूती लावलेली. तसेच सतत मंत्रोच्चार करत होते. एका
हातात पाण्याने भरलेला तांब्या व दुसऱ्या हातानी घंटी वाजवत होते.

सगळी भुतं एकाएकी तेथून हळू-हळू सरकत-सरकत बेडरूमच्या
भिंतीला जाऊन चिकटून उभी राहिली.

"भटजीबुवा आपणच ह्या माझ्या विस्कळीत झालेल्या जीवनाला
जबाबदार आहात हे मला कळून चुकलं आहे. सगळ्या भूतांना घेऊन
अशी क्रूर कृत्य करायलाही तुम्हीच जबाबदार आहात." मी रागात
भटजींना म्हणालो.

त्यांनी माझ्याकडे पाहिलं आणि एकाएकी मोठ्याने हसायला
लागले. त्यांचं ते खवचटा सारखं हसणं कुणालाही राग उफाळून
आणण्यागत होतं. हे त्यांचं हसणं थांबवत म्हणाले, "मी ब्रह्म राक्षस
आहे समजलं का पंत! माझ्या कचाट्यात जर कुणी सापडलं तर सुटणं
अशक्य आहे. जे आत्मे ब्राम्हणांचा द्वेष करतात, हिन समजतात किंवा
चेष्टा करतात ते 'ब्रह्म संबंध' योनी मध्ये जातात."

रात्रीच्या तीनचा ठोका घड्याळात पडला.

भटजी आता भर-भर मंत्र म्हणायला लागले. त्यांनी ताब्यातून पाणी
आंब्याच्या डहाळी ने माझ्या अंगावर शिपडलं. ते पाणी नसून तीव्र
लसलशित गरम द्रव्य होतं ज्याने माझं सगळं अंग होरपळलं गेलं.
अंगावर वळ उठून सर्वत्र अंग दाहाने झिणझिणू लागलं. मी
ओक्साबोक्सी वेदनेने किंचाळायला लागलो. आजू-बाजूची लोकं उठली
नी माझ्या घराचं मुख्य दार बाहेरून ठोठावू लागले. भटजींचे मंत्र
उच्चारण थांबलं. माझी बायको पुढे आली आणि एकदम खाली

कोसळली. मग माझी सासू माझ्यासमोर आली आणि तीही एकाएकी खाली कोसळली. त्यानंतर दिगंबर नाईक आले आणि ते ही त्या दोघींप्रमाणे खाली कोसळले. आता भटजीबुवा मला म्हणाले, "अरेरे!!! (डोक्याला हात लावून) हे काय केलं पंत तुम्ही??!!! तुम्ही तुमच्याच बायकोला, सासूला आणि दिगंबरला मारून टाकलत?तुम्ही वेडे तर नाही ना झालात? काय आहे पोलिसांच्या नजरेत तुम्ही गुन्हेगार म्हणून उभे राहण्यास हे कारण पुरेसे आहे. आता तुम्हाला वेडे करण्याचं काम जे बाकी आहे ते आम्ही करूच!"

"भटजीबुवा! मी कुठे मारलं ह्यांना?!!" मी रागात ओरडलो.

"अरे! रागवू नका...रागवू नका... एवढा राग, द्वेष माझ्यासारख्या ब्रह्मणावर केलात की तुम्ही मलाही मारून टाकलत???!!! जिंकला तुम्ही पंत!" भटजीबुवा पुन्हा खवचटासारखे हसले.

...आणि भटजी बुवा खाली कोसळले...

मी लंगडत लंगडत जाऊन घराचं मुख्य दार उघडायला गेलो ... पण त्या आधीच लोकांनी दरवाजा तोडला आणि सगळी गर्दी एकदम आत शिरली... मला का कुणास ठावूक सगळं अंधुक दिसत होतं जणू मी माझ्या स्वप्नात बघत आहे असं... त्यात बहुतेक बहुतांशी पोलिस होते... मी त्यांना सांगू लागलो की हे सगळं कारस्थान त्या ब्रह्मराक्षस ब्राह्मणाचं आहे... पण कुणी माझ्याकडे बघतच नव्हते की काय कुणास ठावूक सगळ्यांनी बेडरूमकडे गर्दी केली... मी कसाबसा गर्दीतून आत शिरलो आणि पाहतो तर...

मी बेडवर झोपलो होतो...

माझी बायको, सासू, दिगंबर आणि भटजी खाली जमिनीवर कोसळलेले होते.

सगळ्या लोकांची कुजबुज फक्त ऐकु येत होती. पण शब्द कळत नव्हते नी काही नीट धड दिसतही नव्हते. मी समोर बेडवर झोपलो होतो... माझा माझ्याच डोळ्यांवर विश्वास बसत नव्हता... तो... तो... मीच की माझ्यासारखा दुसरा कुणी? मला काही समजत नव्हतं....

समोर मी झोपलेलो मी स्वतःलाच पाहून हैराण' झालो होतो. तो मीच कि तो माझ्यासारखा दिसणारा दुसरा कुणी कि ते माझंच शरीर माझ्या

समोर पडलं आहे ??? पण अचानक ते माझं शरीर हालचाल करू लागलं आणि एकदम बेडवर उठून बसलं.

माझ्याकडे पाहून माझं शरीर मला हसून म्हणू लागलं..."ए...बिडी दे...बिडी दे मला...! मीच मारलं आहे ह्या सगळ्यांना काय समजले का पंत? ते.. ते.. ते... तततss.. तततss.. तेतेss.. ओवsss...!!!!"

पोलिसांनी माझ्या शरीराला धरलं आणि हातात बेड्या टाकून घेऊन जाऊ लागले...

माझ्या त्या शरीराला माझ्या बाजूने घेऊन गेले आणि मी समोरच्या आरश्यात स्वतःला पहिलं तर... मी त्या आरश्यात दिसत नव्हतो...

मला समजून चुकलेलं की आता माझं अस्तित्व उरलं नव्हतं... मी माझ्या शरीरातून बाहेर आणि ही चारही चांडाळ चौकडी माझ्या शरीरातून लंपास झालेली आहेत...पण मी मात्र शरीरातनं बाहेर झालो आहे.

मी दोन दिवस माझ्या घरातच भटकत होतो. काही स्पष्ट दिसत नव्हतं नी काही ऐकू येत नव्हतं. मी माझ्या बेडवरच झोपून होतो.

दोन दिवसानंतर...

तेरावी रात्र, २:३६

मी बेडवर झोपलो होतो...हळू-हळू मी बेडच्या आत-आत घुसू लागलो...मला जेव्हा लक्षात आलं की मी बेडच्या आत-आत सरकलो जातोय तसा मी स्वतः ला वाचवण्याचा प्रयत्न करू लागलो...जणू मी बेडमधे मी स्वतःला बुडण्यापासून वाचत होतो...

...आणि मी बेडच्या आत बुडालोच...

मी धाडकन एका दुसऱ्या बेडवर पडलो...सगळीकडे काळोख होता...पहिल्यापेक्षा आता जास्त जड झाल्यासारखं वाटत होतो.

अचानक! त्या रूम मधली लाईट चालू झाली. हे तर एक हॉस्पिटल होतं!!! मी येथे कसा आलो मला काहीच कळत नव्हतं. मला समाधान ह्याचं वाटत होतं की मला आता सगळं स्पष्ट दिसत होतं आणि मी माझ्या शरीराला स्पर्श करू शकत होतो.

समोरून एक नर्स आली आणि तिने एक इंजेक्शन सिरिंज घेऊन एका बाटलीत घुसवली. तिच्या पाठोपाठ डॉक्टरही आले ते इतर पेशंटस्

चेक करत होते. माझ्या बाजूच्या बेडवर एका पेशंटचा पाय फ्याक्चर झाला होता. आता डॉक्टर माझ्या दिशेनेच समोरून येत होते. तेवढ्यात माझ्या बाजूच्या बेडवर झोपलेला नी पाय फ्याक्चर झालेला माणूस मला म्हणाला, "भाई सहाब! आपके पास बिडी हैं क्या बिडी?!"

मी सुन्न होऊन त्याच्याकडे बघतच राहिलो. तेवढ्यात डॉक्टर माझ्यापाशी आले नी माझी रिपोर्ट फाईल चेक करून त्यांनी त्यांच्या स्टेट्सस्कोपने मला चेक केलं आणि नर्सला म्हणाले, "ह्यांना इंजेक्शन '१३-व्ही' देऊन टाका."

मग माझ्याकडे बघून म्हणाले, "काय मग कसं वाटतेय पंत?!" आणि डॉक्टर तेथून निघून गेले.

एक अगोदरच ग्लुकोजची बॉटल हाताला चढवली होती. नर्सने ते इंजेस्शन त्या ग्लुकोजच्या बॉटलमधे घुपसलं. इंजेक्शन देऊन ती नर्स मला म्हणाली, "हॅव अ गुड डे!" व तेथून निघून गेली.

एक-एक ग्लूकोजचा थेंब बॉटल मधून पडत होता नी नळीतून माझ्या हातात जात होता. स्क्रीनवर टुक-टूक आवाज सतत सुरू होता नी हार्टची रेषा वर खाली होऊन सुरू होती. दोन नळ्या माझ्या नाकात गेल्या होत्या आणि मला श्वास मिळत होता. हळू-हळू ग्लूकोजच्या बॉटलमध्ये जेथे एक एक थेंब पडत होता तेथे फिकट काळ्या रंगाचा थेंब पडू लागला आणि हळू-हळू तो गडद काळा होऊ लागला. नळीतून काळ्या रंगाचं काहीतरी माझ्या हातात जाऊ लागलं...मला गरगरायला लागलं होतं...

समोरून साफसफाई करणारी बाई झाडू घेऊन माझ्या बेड खालचा कचरा काढून माझ्याकडे बघून हसून म्हणाली, "ते..ते..ते...तततss..तततss..तेतेsss..ओsss...वsss!"

मी तिला बघून हादरून गेलो...ही सगळी भुतं आहेत... आणि मी पुन्हा अडकलो आहे...मी पळण्याचा प्रयत्न करणार पण ... फार उशीर होऊन गेलेला...

टूक-टुक आवाजाचा स्पीड वाढू लागला...

माझा श्वास ही वाढू लागला...

....वर खाली होणाऱ्या लाईनी आता एकदम सरळ झाल्या...

....

आणि टू.... आवाज रूममध्ये घुमू लागला.

मी बेडवर उठून बसलो...

आय.सी.यू.चं दार उघडून मी बाहेर जाऊ लागलो...

मला समजत नव्हतं हे चाललं काय आहे. कारण माझं शरीर माझ्या मनाविरुद्ध चालायला लागलं होतं... मी ह्या सगळ्या भूलभुलैयामध्ये गुंतत गेलो आणि आता स्वतःचं शरीर काय स्वतःचं अस्तित्वपण हरवून बसलो होतो. मी जिवंतपणी एकच गोष्ट ह्यातून शिकलो की कोणावरही विश्वास ठेवण्याआधी ती व्यक्ती कशी आहे तत्पूर्वी पारखून घेणे अधिक गरजेचे आहे. ती व्यक्ती खरच व्यक्ती आहे की भूत आहे. मरणानंतर कळून चुकलेलं की एक वेळ नैसर्गिक मरण किंवा अपघातात झालेला मृत्यू ठीक आहे. पण भूतांच्या भूलभुलैयात अडकून आलेलं मरण हे मरण देखील नाही आहे तर फक्त एक भटकलेलं, हरवलेलं, अटकलेलं नी पिंपळाच्या झाडाला लटकलेलं भूत आहे!!! आपल्याला कळतही नाही की आपण कधी अडकलो गेलो आहोत. जी आपल्याला वाट दिसते ती वाट नसून आपलीच वाट लावण्यासाठी नी आपल्यासाठी रचलेला भूलभुलैया असतो. आपण जितकं पुढे-पुढे चालत जातो तितकं आपण भूलभुलैयात हरवून जातो. आता मी एक भूत आहे तेव्हा तुम्हा वाचकांना सतर्कतेचा आणि सावधानतेचा ईशारा देत आहे. अजुनही वेळ गेलेली नाही आहे. जरका तुम्ही अश्या भूलभुलैयात माझ्यासारखं सापडला असाल तर हीच वेळ आहे स्वतःला सोडवून घ्या. कारण तुम्ही भूलभुलैयात अडकला नाही आहात असं तर होणारच नाही. कारण माझी हि कथा ऐकून तुम्ही तर माझ्या ह्या भुतांच्या भूलभुलैयात केव्हाच अडकला गेला आहात...!

4

झपाटलेली पोरगी

["प्राचीन काळी कुबेर आणि त्यांची पत्नी इरिती यांची पूजा केली जात असावी. कालांतराने इरितीचे स्थान लक्ष्मीने घेतली आणि पुढे कुबेराच्या जागी गणपतीला प्रतिष्ठित केले गेले. अलक्ष्मी म्हणून ज्या देवतेला मध्यरात्री हाकलून देण्याची प्रथा आहे, तीच खरी या दिवाळी सणाची इष्ट देवता असल्याचेही म्हटले जाते. तिला ज्येष्ठा, षष्टी वा सटवी, निर्ऋती या नावांनीही ओळखतात.. निर्ऋती ही सिंधू-संस्कृतीतील मातृदेवता समजली जाते. तिला ब्राह्मणी संस्कृतीने अलक्ष्मी म्हणून तिरस्कारले असले तरी ती राक्षसांची लक्ष्मी आहे असे देव मानत असल्याचे उल्लेख दुर्गासप्तशतीमध्ये आहेत. एक विचित्र घटना ऐन दिवाळीच्या दिवशी घडली आणि लक्ष्मीची जागा अलक्ष्मीनं घेतली. अशीच एक आगळीवेगळी घटना ज्याच्या आयुष्यात घडली ती भयकथा मंदार डोईफोडे ह्या १० वर्षाच्या गावरान मुलाच्या मुखातूनच आपण ऐकू!"]

कुनबे गावातली गोष्ट.

मी मंदार डोईफोडे. शाळेला जातो अन् कधी कधी आज्जी बरोबर तिच्या भाजीच्या दुकानात पण जाऊन माश्या मारत बसतो. सर्वजण मला "मन्या" म्हणून हाक मारतात नी ओळखतात. मला इतके ओळखतात की माझी आई देखील इतकी ओळखत नसेल तितके हे

गावकरी लोकं ओळखतात. कारण मी घरात कमी आणि बाहेर जास्त हुंदडत असतो. तरीपण माझी आईच सर्व काही आहे माझ्यासाठी. तिला सोडून मी कधीच एकटा राहीलोच नाही. दोन दिसांपूर्वी एक वेगळीच आणि विचित्र गोष्ट घडली. त्यामूळे मी माझी ओळखच हरवून बसलो आहे. माझ्या गावचा एक पण मनुष्य आता मला ओळखत नाही आहे. माझ्याकडं अशा नजरंनं पाहतो आहे की मी ह्या गावात नवीनच कुठून दुसऱ्या गावातून आलो आहे. ते जाऊदे! माझी आईच मला ओळखत नाही आहे ती! आता सांगा मी काय करावं?

दोन दिवसांपूर्वी...

माझी शाळा, आज महिना अखेर म्हणून लवकर सुटली आणि माझी "मयना" म्हणजे "मैना सरदेसाई" सुध्दा आज माझ्या संगतीला होती. आम्ही दोघं पण एकाच गावचे, त्यामुळे आमचा घरचा रस्ता देखील एकच. पण रोज ही मैना तिच्या बेश्ट फ्रिंड म्हणजे "चंदा" संगती घरी जाते. मी तिला मैनाचा उपग्रह म्हणतो, कारण सतत मैनाच्या अवती भोवती फिरत असते ती. पण आज उपग्रह शाळेत गैरहजर होता. उपग्रहाला आज बरं वाटत नव्हतं. तिला ताप भरला होता. त्यामुळे आज मला बरं वाटत होतं.

"लय दिवसांनी ताप आला नई?" म्या मैनाच्या संगती चालत असताना तिला मी विचारलं.

"काय???" मैना माझ्याकडं कटाक्ष टाकून पोपटावानी माझ्या कानात केकाटली.

"अगं म्हणजे लय दिवसांनी चंदा गैरहजर राहिली?!" मी जीब चावून शब्दांची फिरवा फिरव केली.

चंदा भर रस्त्यात एक पण शब्द नाही बोलली माझ्याशी. मी घरच्या वाटेनं न जाता खेळायला पटांगणात गेलो. खेळून झाल्यावर मी घरचा रस्ता पकडला तेव्हा समोर लांबून घर पाहूनच मला जाणवलं की आमच्या घरी कुणीतरी आलं आहे.

"मन्या...! आरं तुझ्या घरी तुझा मामा आला हाय जा लवकर.." एक कुणीतरी गावचा उनाडक्या मला लांबूनच हाक मारून म्हणाला. माझा मामा त्याच्या पोरांसोबत पहिल्यांदाच आमच्या घरी आला होता. मी

घरी पोहचलो.

"कुठं गेला होता गाव हुंदडायला?" माझ्या आईनं मामांना चहा देता देता मला विचारलं. मी काहीच उत्तर न देता चोरट्या नजरेनं सतत मामांना पाहत होतो. कारण मामा असतो हे ऐकुन माहित होतं, पण त्यांना आज समोर जिवंत पाहत होतो.

"हुं??!!" मी आईला काय बी उत्तर दिलं नाय म्हनून ती परत हुंकरली.

"खेळायला!" मी माझं दप्तर कोपऱ्यात ठेवत म्हणालो.

"हिकडं ये मन्या." मामांनी चहाचा घोट बशीतनं फुंकर मारत घेत मला बोलावलं. मी मामा जवळ गेलो.

"लय मोठा झालास तू तर!" मामा माझ्या केसांत हात कुरवाळून म्हणाला.

"नुसताच मोठा झाला हाय तो! शाळेत तर दीवे लावले हायेत त्यानं. हे बघ! मन्याचं प्रगती पुस्तक! वाण्याच्या दुकानात जेवढी अंडी नसतील तेवढी अंडी ह्यानी आपल्या प्रगती पुस्तकात घेऊन आणली हाय." माझी आई माझ्या प्रगती पुस्तकातली माझी झाकलेली अब्रू सगळ्यांपुढं काढून मामांना उघडी करून दाखवली. हे प्रगती पुस्तक जेव्हापासून घरी घेऊन आलो होतो त्या दिवसापासून माझ्या आईनी बोलायला नी चघळायला एक नवीन विषय सापडला होता.

"ही..ही..ही...." करून कोणीतरी खिदळलं.

मी इथं तिथं पाहिलं. पण कोणी हसलं ते कळलं नाही. पण सर्वजण म्हणजे मामा, माझी आज्जी आणि आई सर्वजण एरव्ही बंद नसणाऱ्या आमच्या घरच्या मधल्या खोलीच्या बंद दाराकडं पाहू लागले.

"आई हे दार का बंद हाय?" मी विचारलं.

मी विचारलेल्या प्रश्नाकडं कुणीहि उत्तर न देता सर्वजण आपापसात कुजबुजू लागले.

"हे बघ! मी जे आता सांगणार हाय ते नीट लक्ष देऊन ऐक! त्या खोलीचं दार काही उघडायचा नाय! माझी चार वर्षाची लेक हाय तेथे." मामा आवाज दाबून गंभीरपणे मला सांगत होता.

"पण तिला का तेथे ठेवलं हाय मामा?" मी विचारलं.

"तुला सांगितलं ना नाम्या तितकं ऐकायचं! उगाच आगाऊपना नाय करायचा." आई माझ्यावर ओरडली.

"अगं ओरडू नको!" मामा माझ्या आईला म्हणाला. मी तरी गप्पच होतो.

"हे बघ! ती माझी लेक काही महिन्यापासून झपाटली गेली हाय...मी इतकंच तुला सांगू शकेन. बाळा! अजून एक गोष्ट लक्षात ठेव की तुझा बाप गेल्यापासनं आता समदं तुझ्याच हातात हाय..." मामा माझ्या खांद्याला किंचितसं दाबून हळू आवाजात म्हणाला.

माझी थोडी टरकलीच.

आज वसू बारस दिवाळीचा पहिला दिवस हाय. माझी आज्जी आमच्या गाईंची पाडसासह तिन्ही सांजेला पूजा करून पारंपरिक पद्धती प्रमाणे म्हणजे गाईच्या पायावर पाणी घालून नंतर हळद-कुंकू, फुले,अक्षता वाहून चाऱ्याच्या फुलांची माळ त्यांच्या गळ्यात घालून निरांजनाने ओवाळून केळीच्या पानावर पुरणपोळी वगैरे पदार्थ वाढून गाईला खाऊ घालू लागली.

आई आणि आज्जी रातच्या जेवणाची तयारी करत होते. मामा, मी आणि त्याचा सात वर्षाचा मुलगा आम्ही घरातच खेळत होतो. आज घरात खूप दिवसांनी कुणीतरी आलं ह्याची खुशी जाणवत होती. पण... मधेच कधी मामाच्या मुलीचं हसणं कानावर पडायचं नी मग सगळ्यांच्या काळजात "धस्स!!!" होऊन जायचं. आम्ही अशाच धसक्यांत कशीबशी जेवणं आटोपली. जेवणानंतर आई, आज्जी आणि मामा ह्याच्या कुजबुजीला मी कान देऊन ऐकण्याचा प्रयत्न केला. तेव्हा मला इतकंच कळलं की उद्या रात्री मामा त्याच्या लेकीस तो जंगलात सोडून येणार आहे. त्यानं खूप बाबांचा अंगारा धुपारा केला, कुठे कुठे नाय घेऊन गेला तिला, पन ती काय बरी झाली नाही.

आजची रात्र

आजची रात्र आम्हाला खूप नकोशी झाली होती. काहीतरी अभद्र घडेल ह्याची धास्ती अन् काहीतरी अघटीत होईल ह्याची भिती लागून होतीच. आईनी अंथरूण घातलं. मामाचा मुलगा तर कधीच झोपून गेला होता. सर्वांची झोपाझोप झाली. आज्जीनं एक दिवा देवा पुढं लावला

होता. त्याचा उजेड खिडकीच्या फटीतून येणाऱ्या वाऱ्याच्या झुळकेप्रमाणे फडफडत होता. आज्जी एव्हाना घोरायला देखील लागली होती. मला काही आज झोप येणार नव्हतीच. जरा डोळा लागतो न लागतो...

आणि तेवढ्यात ....

"ही...ही...ही" करून परत ती खिदळली.

तिच्या त्या खिदळण्यावर देवाऱ्यातला दिवा देखील घाबरून भग् भग् करून दचकला नी विजता विजता वाचला. तर माझ्याप्रमाणे आई नी मामा देखील जागे असल्याचे मला त्यांच्या दचकण्याने जाणवलं.

"भाऊ... झोपलास का रे??" माझ्या आईनं मामांना हाक मारली.

"हा... बोल ताई..!" मामा म्हणाला.

"नाव काय रे तिचं?"

"लक्ष्मी!"

"मग अशी अलक्ष्मी वानी कारे वागते आहे?"

"त्या झपाटलेल्या माझ्या पोरीस त्या औदसेने खूप हैराण करून सोडलय बघ आता."

आई मुस्मुसून रडू लागली नी मामांच्या गहिवरलेल्या आवाजातनं मला देखील आवंढा गिळणं अनावर झालं.

आजची मध्यरात्र...

".....आ ई ई ई ई........" ह्या तिच्या किंकाळीला आमचीच काय तर आजबाजूला राहणाऱ्या बहुदा सर्वांचीच झोप मोड झाली असावी. आता लक्ष्मी रडत होती. माझा केव्हा डोळा लागला काय माहीत नाही, पण पापण्यांना पापण्या घट्ट चिकटल्या असल्यानं बराच वेळापासून डोळा लागलेला असावा असं जाणवत होतं.

"भाऊ.. अरे... भाऊ... पाणी तरी दे की तिला प्यायला..." माझी आई माझ्या मामांना म्हणाली.

मामांचा आवाज आला नाही म्हणून आईनं पुन्हा मामांना हाक मारली नी म्हणाली, "भाऊ.... अरे ऐ भाऊ! उठ की आता... पोरगी केव्हा पासून रडत आहे... बघ की..."

यावर मामांचा आवाज नाही. म्हणून आईनं मला हातानं हलवलं नी म्हणाली, "मन्या मामांना हलवून उठव जरा..."

मी मामांना बाजूला हात करून हलवायला गेलो पण, मामा बाजूला नव्हता.

"आई! मामा नाही इथं."

"मामा नाही? मंग कुठं गेला?"

आम्ही दोघं मामांना हुडकायला लागलो. हातात देवाऱ्यातली जळती पणती घेऊन, आई पुढं पुढं नी मागं मागं मी चालत मामांना हाका मारत घरात शोधायला लागलो. मामांना हुडकत असताना दोनदा पाय आजीच्या पायात येऊन मी पडता पडता वाचलो. आमच्या अशा गडबडीत आजी पण आता उठली नी वैतागून विचारू लागली, "आरं झालं काय? कश्या पायी घरात फिरताय?"

"आज्जी मामा घरात नाय..." मी आज्जीला म्हणालो.

"असं कसं इतक्या रातच्याला कुठं गेला? बाहेर हुडकलं का?" आज्जी विचारू लागली.

"नाय... पण आई... इतक्या रात्री... बाहेर... घरात औदसा असताना...?" माझी आई आज्जीस म्हणाली.

"तो हरामखोर गेला असेल पळून..." आज्जी रागात पुटपुटली पण आमच्या दोघांच्या पण मनातलं बोलली.

लक्ष्मी मधेच भुतावानी जनावराच्या हंबरड्यांप्रमाणे सतत..."गुर...गुर..." असा सूर काढून ती गुरगुरतच होती. तर मधेच कानाचे पडदे फाटतील इतकी जोरात किंचाळायची. नी आता तर खोकुन खोकून आमच्या कानाला त्रास देऊ लागली होती. इतक्या रात्री तिला पाणी देणार कोण? मामा गायब झाला होता. तिच्या किंचाळण्याला कितींदा माझ्या आईच्या हातानं दिवा खाली पडायचा वाचला होता.

"मन्या...! हिला पाणी तर द्यावं लागेल आपल्याला." असं म्हणून आईनं साडीचा पदर कमरेत खोचून दिवा माझ्या हातात दिला नी स्वतः स्वयंपाक घरात शिरली. तिच्या मागोमाग मी धावत शिरलो. तिनं माठातून पाणी तांब्यात घेतलं नी माझ्या हातात दिला. स्वतःच्या कपाळावरचा डबडबलेला घाम पुसत मला म्हणाली, "मन्या! घरात तूच

एव्हाना एक पुरुष आहे! तेव्हा पूर्षार्थ दाखव नी हो पुढं!!! जाऊन दे त्या चांडाळनीस पाणी..." आता माझी होती नव्हती सर्व दाबून ठेवलेली छाती फुग्यातनं हवा काढावी तशी बाहेर निघाली. पायाची थरथर आता मोठ्या कंपनामध्ये सुटू लागली. कपाळावर दरदरून घाम येऊन एकाएकी तापच भरला माझ्या अंगात.

"पण... पण... आई..." मी काही बोलेन त्या आधीच आईने डोळ्यातून पाणी काढलं. मग काय बोलणार..?

पण माझ्या आईच्या चेहऱ्यावरचा थरकाप पाहून मी थोडं पाच पैश्याचं धाडस आणलं. मी पुढं पुढं लक्ष्मीच्या खोलीपाशी जाऊ लागलो. चालता चालता मी आईला विचारलं..."आई हा मामा जेव्हा मी शाळेतून घरी आलो त्या आधीच तो आला होता, मग तू पाहिलंस का लक्ष्मीला?"

"नाही रे मन्या...! घरात मामा एकटाच आला होता. पण त्याने आम्हा दोघींना सांगितलं की माझी पोर लक्ष्मी बाहेर उभी आहे नी तुम्ही तिचं तोंड बी पाहू नका. मी लक्ष्मीला ह्या मधल्या रिकाम्या खोलीत बंद करून ठेवतो आणि त्यानी आम्हाला स्वयंपाक घरात जायला लावलं. मग त्याने कुल्पाची चावी माझ्याकडून घेऊन तिला ह्या खोलीत बंद करून ठेवलं. तेव्हा मी आणि आज्जीनं लक्ष्मीला काही पाहिलं नाही."

खोलीचं दाराला लावलेलं कुलूप उघडून मी दार हळूच उघडलं. दिवा समोरच धरलेला म्हणून खोलीत उजेड सर्वत्र सामावला. पण मला लक्ष्मी काही दिसली नाही. आत शिरून मी सर्वत्र लक्ष्मीला हुडकू लागलो. लक्ष्मी त्या खोलीत नव्हती.

"आई! इथे कुणी बी नाय..." मी आईला सांगायला मान मागे वळवली तर माझी आई काही माझ्या बरोबर खोलीत शिरली नव्हती. ती घाबरून दारा बाहेरच लांबूनच मला उभी राहून पाहत होती. आईचा चेहरा दिसतच होता, पण मला ती हाताच्या इशाऱ्यानं काहीतरी खुणावत होती.

तेवढ्यात...

"ही...ही...ही" करून परत ती लक्ष्मी खिदळली.

आवाज माझ्या पाठून आला होता. मी मागे वळून पाहिलं तर कुणी बी नाय. मग नीट दिवा ओवाळल्यागत हातातला दिवा सर्वत्र फिरवून पाहिलं तर एक काळी सावली समोर आरश्यातनं माझ्याकडे पाहत होती.

मी हातातला तांब्या तेथच खाली टाकत जितक्या जोरानं होईल तितक्या जोरानं हातात दिवा सांभाळत पळत सुटलो. माझी आई माझ्या पुढं धावतेय. समोर आज्जी समोर दोन्ही पाय पसरून बसलेली. एकाएकी आम्ही समोर आलो म्हणून ती घाबरली नी जमिनीला हात टेकवून उभं राहण्याचा प्रयत्न करू लागली. पण माझी आई तिच्या दोन्ही पायांवरनं उडी मारून दुसऱ्या खोलीत पळाली. पण मी उठणाऱ्या अज्जीला असा धडकलो की आज्जी गटांगळ्या खात आपटली. दिवा गडबडला नी लांब जाऊन न विजता कसाबसा सरळ होऊन पडून राहिला. आज्जी पडल्या पेक्षा दिवा विजला नाही याचं जास्त समाधान मला होत होतं. आज्जी तिचं पात्तळ सांभाळत धावू लागली. पण मी आधी खोलीत शिरलो ज्या खोलीत माझी आई होती. आई अंथरुणात झोपली होती. मी तिला बिलगून झोपलो. आज्जीनं दार नी दराची कडी लावून घेतली. आज्जी बी माझ्या दुसऱ्या बाजूनं येऊन झोपून "मारुती स्तोत्र" थरथरत्या आवाजात बोलू लागली. दाराच्या त्या बाजूला दिव्याचा उजेड होता. जो मला दारा खालच्या फटी खालून दिसत होता. आज्जीचं मारुती स्तोत्र पठन जोरानं सुरू होतच. आम्ही तिघं बी एकाच गोधडीमध्ये शिरून श्वास रोखून लपून बसलो होतो. दाराच्या त्या बाजूस प्रकाशित रेषेवर तिची सावली पडून समजलं की ती तेथे उभी आहे. बाहेर चांदणं पडलं होतं म्हणून घरातलं सर्व अंधुक दिसत होतं आणि....

आणि....

दिवा विजला...

मिट्ट काळोख झाला...

"ही...ही...ही" करून ती हसली.

आम्ही तिघांनी बी डोक्यावर गोधडी घेतली. बराच वेळ झाला कसलाच आवाज नाय की तिची काही चाहूल नाय. आज्जीचं मारुती स्तोत्र बी संपलेलं. सर्वत्र शांतता पसरलेली, बाहेरून रातकिड्यांची किकिर तेवढी ऐकू येत होती. मी डोक्यावरनं गोधडी खाली घेतली नी पाहिलं तर... ती लक्ष्मी समोर उभी... लक्ष्मी आम्हाला कधी मधेच दिसायची, तर कधी फक्त काळ्या सावलीप्रमाणे इकडं तिकडं फिरायची, तर कधी ती मधेच गायब व्हायची... जसं मी तिला पाहिलं ती एकाएकी

"ही...ही...ही" करून हसून पळाली. समोरच्या कपाटात जाऊन शिरली. मी उठून बसलो. आज्जीला नी आईला उठवलं आणि हाताच्या इशाऱ्यानं सांगितलं की ती त्या कपाटात हाय. मी उठून कपाटाच्या दिशेनं जाऊ लागलो. माझ्या मागे आई आणि तिच्या मागे आज्जी. मी कपाट उघडलं. कपाटात ती दिसली नाय. कपडे इकडं तिकडं करून बी पाहिलं ती लक्ष्मी काही दिसली नाय. मग कपाटाचं दार लावलं. ती कपाटाच्या आरश्यात...

ती केसं चेहऱ्यावर लोम्बकळलेले ठेवून उभी असलेली आरश्यात दिसली.

"ही...ही...ही" करून ती लक्ष्मी पुन्हा हसली नी तेथून पळायला लागली. आज्जी तिला पाहताक्षणी धडपडत खाटेवर जाऊन डोक्यावर गोधडी घेऊन झोपली. पण मी आणि माझी आई काही तेथून पळालो नाय. लक्ष्मी आम्हाला पाहून पळायची. नक्की हा काय प्रकार हाय तेच कळेना? पण आम्हाला जाणवू लागलं की ही लक्ष्मी आमच्या बरोबर लपाछुपीचा खेळ खेळायला बघत आहे. तेव्हा आम्ही दोघं बी तिच्या संग खेळायला लागलो. लक्ष्मीला पकडण्याचा खेळ माझी आई बी अगदी लहान झाल्यागत खेळू लागली. आज्जीनं एव्हाना तोंड चादरीतून बाहेर काढून पाहिलं. पण नीट काही दिसत नसल्यामुळं तिने भिंत चाचपडत जाऊन दाराच्या कोपऱ्यात विजलेला दिवा पेटवला. आम्हाला येड्यावानी त्या झपाटलेल्या लक्ष्मीच्या सावली बरोबर खेळताना पाहून ओरडू लागली, "तुम्हाला अकला बिकला आहेत की नाय?! इकडं या!!! भुतां बरोबर खेळताय??? या इकडं!"

आम्ही आज्जीच्या बोलण्याकडं जरा बी लक्ष दिलं नाय आणि लक्ष्मी बरोबर खेळतच राहिलो.

बऱ्याच वेळा नंतर...

रात्र जास्त झालेली म्हणून आम्ही पेंगायला लागलो होतो. आज्जी आम्हाला ओरडून ओरडून केव्हाच झोपून गेलेली. आम्ही बी आता थकलेलो तेव्हा खाटेवर झोपायला गेलो. पण लक्ष्मीला झोपायचं नव्हतं. म्हणून ती "ही...ही...ही" करून एक सारखी हसत होती. आम्ही तिला किती सांगितलं की "आता आम्हाला झोपायचं हाय!" पण तिला काही

कळत नव्हतं. लहान मुलांच्या हट्टाप्रमाणे ती बी खेळण्याचा हट्ट धरून बसली. आम्ही काहीही न बोलता आता डोळे बंद करून झोपून राहिलो. तर लक्ष्मी जास्तच आक्रोशानं नी जोरजोरानं ओरडू लागली, घरातली भांडी आपटू लागली,आमच्या अंगावरची गोधडी सरकवू लागली.

तेव्हा माझी आई तिच्यावर ओरडली. "लक्ष्मे!!!! बस झालं आता..! झोपू दे आम्हाला."

आईच्या नंतर लक्ष्मीनं परत काही हुं केलं न चूं केलं. तिचा काही आवाज आला नाही.

दुसऱ्या दिवशी सकाळी....

आम्ही कशीबशी ती रात्र काढली. झोप न झाल्यानं आईला कपडे वाळत घालता घालता तर खांबाला टेकून उभ्या उभ्याच झोप लागली. आज्जीला आम्ही रात्रीची सर्व हकिकत सांगितली. काही वेळाने माझा मित्र धावत दारात आला नी मला म्हणाला, "ए मन्या! चल की बाहेर आपण लपाछुपी खेळू!"

पण तो "आई ई ई....." केकाटत बाहेरच्या बाहेर पळून गेला. कारण आज्जीने त्याला लाटणं फेकून हाणलं नी त्याच्यावर ओरडू लागली, "लपाछुपी खेळतो??? लपाछुपी खेळतो??? खेळशील परत लपाछुपी खेळायला??? तंगडं तोडून हातात देईन परत लपाछुपीचं नाव ह्या घरात काढशील तर???"

आज्जी सकाळपासून दिवाळीचा फराळ बनवण्याच्या तयारीत लागली होती. उद्या दिवाळीचा पहिला दिवस म्हणजे बलि प्रदिपदा. आज्जी फराळ करत असताना लक्ष्मी कितींदातरी आईला त्रास देत होती. चकली पाडताना कितींदा ती चकल्या तोडायची, अनारसे करपवायची, लाडू तर ठेचून भुगा करायची, चिवडा तर फुर करुन उडवायची... तरी रात्री ती आम्हाला स्पष्ट दिसायची तर कधी ती काळी सावली बनून भटकायची. दिवसा ती दिसत बी नाय नी सावली बी नाय. लक्ष्मीला घाबरून-घाबरून आज्जी फराळ बनवत होती. आई नुकतीच आंघोळ करून केस पुसत नहाणी घरातून बाहेर आलेली. तेव्हा तिला लक्षात आलं की लक्ष्मीनं आता सकाळपासून आज्जीला त्रास द्यायला सुरवात केली हाय. तेव्हा तिनं फक्त लक्ष्मीला आजाव

दिला..."लक्ष्मे....काय चाललं हाय तुझं?... चल लवकर ये आणि आज्जीला मदत कर!"

आईचा आवाज ऐकुन लक्ष्मीनं पटापट आज्जीला चकल्याचा डबा सरकवून द्यायला, चकल्या पाडायला, चिवडा आपोपाप कढईत सरकून भाजायला, लाडू वळायला लक्ष्मी मदत करू लागली. तिची मदत आणि समजूतदारपणा पाहून आईलाच काय मला बी लक्ष्मीचं कौतुक वाटू लागलं. पण लक्ष्मीचं हसणं सकाळपासुन कानावर नाय पडल्यामुळं चुकल्या चुकल्या सारखं झालं होतं. जे मला नी आईला बी जाणवत होतं. कारण आज्जीला ती लक्ष्मी जरी मदत करत असली तरी जराहि आवडत नव्हती. ती आज्जीसाठी भूतच होती.

"लक्ष्मी कुठं गेली माझी पोरगी... दिसत नाही मला ती आज?!!!" आईनं लाडानं गालातल्या गालात हसत म्हणाली.

आईच्या हातातला पलीता आपोआप कढईत गोल गोल फिरू लागला. आईनं गोल गोल फिरणाऱ्या पलीत्याला पकडलं आणि म्हणाली, "मला दिसतेय तू लक्ष्मे!!! थांब तुला मी ह्या पलीत्यानच झोडते!"

आणि...

"ही...ही...ही" करून लक्ष्मी पुन्हा हसू लागली.

आईला न दिसणाऱ्या लक्ष्मीच्या मागं अंदाज बांधत पळू लागली. दोघी पुन्हा लहान मुलींसारख्या खेळू लागल्या नी हसू लागल्या. मी पण लक्ष्मीला सांगत होतो, "लक्ष्मे आरश्यात जा..!, लक्ष्मे झोपाळ्यावर..!"

लक्ष्मी आता आमच्याच घरची सदस्य बनल्या सारखं जाणवत होती. पण आज्जीला ही गोष्ट कुठंतरी खटकत होती. भुतांच्या संग जवळीक ठेवणं म्हणजे सापाला अंगाशी कवटाळण्यागत हाय अशी तिची समजूत होती. तर ऐन दिवाळीत आता नरका सूरानं आमच्यावर घेतलेल्या सुडा प्रमाणे ही लक्ष्मी आज्जीस वाटत होती.

दुपारी....

दुपारी जेवणं आटोपल्यावर भिक्षा मागायला एक साधू आला. त्याला आज्जीनं भिक्षा दिली आणि आजूबाजूला कुणाला बी कळू न देता घरातली झपाटलेल्या पोरीची गोष्ट साधूला सांगितली.

"तरी मला शंका आलीच होती की काहीतरी येगळंच जाणवत हाय ह्या घराच्या परिसरात, पण उगाच मी काही बोललो नाय." साधू म्हणाला.

"आता काय करायचं आम्ही?" आज्जी त्या साधुस विचारू लागली.

"आज्जी तू एक काम कर..." (...आणि आज्जीला एक कानमंत्र त्या साधूने सांगितला)

"पण बाबा कोणी विचारलं तर काय सांगू?" आज्जीनं विचारलं.

"कुणाला काय बी सांगायचं नाय. फक्त नाम्या नी त्याच्या आईला सांग ते बी इशाऱ्यानं." एवढं म्हणून साधूबाबा तेथून निघून गेला.

आज्जी घरात येऊन साधूबाबा काय म्हणाले ते सांगू लागली. पण मग एकाएकी एकदम गप्प झाली. तिला आठवलं की बाबांनी सांगितल्या प्रमाणे तिला फक्त आम्हाला ही गोष्ट सांगायची होती, त्या लक्ष्मीला नाय. म्हणून आज्जीनं दुपारपासून कसल्या तरी सामानाची जमवा जमव करू लागली. आज्जी एका मटणाच्या दुकानात बी जाऊन आली. आमच्या प्रमाणे त्या लक्ष्मीला बी उत्सुकता लागून राहिली होती की आज्जी नक्की काय करत हाय? आम्हाला इतकं कळलं व्हतं की आज्जीला एक बाबा भेटला होता नी आज्जी जे काही करत हाय ते बाबांच्या संगण्यावरूनच! त्यामुळं आम्ही बी तिला काही विचारलं नाय.

रातच्याला....

आज्जी जरा गालातल्या गालात हसतच होती. ते मला नी आईला दिसत होतं. आई कधी माझ्या तोंडाकडं तर कधी मी तिच्या तोंडाकडं पाहून हसत आज्जीची मजा बघत होतो. आज्जीनं एक दिवा नी काळा अभीर टाकलेलं ताट तयार केलं. ती मला ओवाळू लागली. माझ्या कपाळाला अभीर आवलं नी आज्जी म्हणाली, "नाम्या! ह्यो पिशवी घे नी गावच्या कालिका मातेच्या मंदिरात जा नी तिला ताटातलं हे कुंकू लावून ये. पण तुला दुपारी भेटलेल्या साधूबाबाच्या म्हणण्यानुसार एक अट हाय. ती म्हणजे तुला आपल्या घराच्या मागल्या दारानं जायचं हाय आणि ते बी स्मशानामधून जाऊन स्मशानाच्या मागच्या दारानं बाहेर पडून समोरच्या कालिका मातेचा रस्ता पकडून थेट तिच्या मंदिरात प्रवेश करायचा हाय. दुसरी अट हाय की भरभर चालत जायचं ते बी मागं

वळून न बघता."

"पण आज्जी हे का करायचं हाय?" मी विचारलं.

"ते तू मला विचारू नको... बाबा म्हणाले तसं कर." आज्जी हात वर घेऊन झटकत म्हणाली.

"पण आज्जी मीच का?" मी आज्जीला विचारलं.

"कारण आपल्या घरात तुझ्याशिवाय आहे का दुसरं कुणी पुरुष? बाबांनी सागितल्या प्रमाणे हे कार्य फक्त पुरुषानं करायच हाय. तेव्हा आपल्या घरात पुरुष तूच हाय. असं समज की मी एक माझी मन्नत मागितली हाय, त्याचीच हि पूजा हाय, जी तुला करायची हाय." आज्जी मला म्हणाली.

"पण आई लहान हाय तो अजून..." माझी आई आज्जीला म्हणाली.

"ते मला काय बी माहीत नाय. तुला हे करायचंच हाय, तुला इतकी भीती वाटत असेल तर लक्ष्मीला जा की घेऊन संगतीला...!" माझी आज्जी नजर इकडं तिकडं करत मला म्हणाली.

आज्जीच्या ह्या सगळ्या करण्यामागे हेतू म्हणजे दुपारी आलेला तो साधू. त्यांच्या म्हणण्या प्रमाणे ही पूजा मला करायला लागत हाय. म्हणून मी काही बोललो नाय. मुकाट्यानं मी आज्जीनं दिलेलं ताट हातात घेऊन घराच्या मागच्या दारानं जाऊ लागलो. तेव्हा आज्जीनं माझ्या हातात एक काळी मोठी पिशवी बी दिली. खूप जड होती ती पिशवी, साधारण २-३ किलोची असेल. मी माझ्या पाठीवर पिशवी नी हातात ताट घेतलं आणि घराबाहेर पडलो.

आई माझ्या जवळ आली नी माझ्या गालावरून हात फिरवून मला म्हणाली की "नीट जा. लवकर ये!"

तर बाजूस उभी असलेल्या लक्ष्मीला पाहून म्हणाली... "लक्ष्मे! काळजी घे माझ्या पोराची."

मग अंगात एक जबाबदारीचं बळ अंगात संचारलं भरभर पावलं टाकत मी चालू लागलो. रात्रीचा थंडगार वारा माझ्या कानशिल्यांना लागून बधीर करत होता. झोप डोळ्यावर होती. लक्ष्मीच्या पायांची चाहूल मागून येत होती. ती बी भरभर पावलं टाकत माझ्यामागून येत होती. आज्जीनं सांगितल्या प्रमाणे मी काही मागे वळून पाहत नव्हतो.

चलाता चालता नको नको ते आवाज ऐकू येऊ लागले. रातकिड्यांची किरकिर तर घुबडांची वूह वुह पण भयानक वाटत होती. पण लक्ष्मी सोबत असताना मला कसलीच भिती नव्हती.

समोर स्मशान होतं. मी आत शिरलो. चंद्राचं चांदणं पडलेलं नसल्यामुळे भयाण अंधार होता. समोर काय हाय ते फक्त ह्या माझ्या दिव्यामुळे दिसत होतं. मी जसा आत स्मशानात शिरलो तसा दिवा विजला. आता समोरचं काय बी दिसत नव्हतं. मी अजून भरभर पाऊलं टाकत जाऊ लागलो. पाठीवर जड पिशवी अजुनच जड वाटू लागली. मी सरळ दिशेनं जात होतो नी स्मशानाचं मागचं दार दिसतेय का ते पाहू लागलो.

पण एक वेगळीची गोष्ट जाणवू लागली. ती म्हणजे... "चिची... चिची...' आवाज माझ्या अवती-भवती मला ऐकू येऊ लागला. कुठलं जनावर आहे ते समजत नव्हतं. पण त्या जनावरांची संख्या खूप जास्त असावी हे नक्की होतं. अचानक माझ्या पाठीवरची पिशवी कुणीतरी खेचते आहे हे मला जाणवू लागलं. हळूहळू माझी पिशवी हलकी होते हाय हे देखील जाणवू लागलं. "चिची... चिची..." करून माझ्या पिशवीवर झपटून सर्वजण पिशवीतलं काहीतरी खात आहेत हे जाणवत होतं. मी जास्तच वेगानं धावू लागलो. मला स्मशानाबाहेर पडताच येईना. आता खूप घाबरल्या सारखं झालं. थंडीचा गार गार वारा त्यात माझी उडालेली घाबरगुंडी मला जास्तच थरथर करून सोडत होती.

गेले दीड-दोन तास मी स्मशानातच अडकून इकडं तिकडं धावत होतो. धावता धावता माझा पाय कुणीतरी हातानं धरल्यागत मला जाणवलं. मी धाडकन खाली आपटलो. माझ्या हातातलं ताट बी समोर जाऊन पडलं.

....आणि मी बेशुद्ध झालो.

शुद्ध आल्यावर....

उजाडल्यासारखं वाटत होतं. पाय मुरगळल्यामुळे मी कसाबसा उठलो. मला समोर प्रकाशमान अनेक ठिपके दिसू लागले. मी त्या दिशेनं धावू लागलो. मला स्मशानाचं मागचं दार बी सापडलं आणि मी रिकाम्या पिशवीसह बाहेर पडलो.

मी जसा बाहेर पडलो तसा...

"आईईईईईई... " करून एक किंकाळी ऐकू आली. पण आज्जीनं सांगितल्याप्रमाणे मी काही मागं वळून पाहिलं नाय.

मी मागे वळून न पाहता चालता चालता आवाज दिला..."लक्ष्मे!!!" (म्या आवाज दिला पण तिच्याकडून काहीही प्रतिसाद मिळाला नाय.)

मी तरी समोर पुढं पुढं जाऊ लागलो. काहीसा उजेड समोर दिसू लागला. आता मला स्पष्ट दिसत होतं की ते समोरच्या टेकडीवर असलेल्या महाकाली मंदिरावरील दिव्यांची रांग. पहाट झालेली होती. मंदिराच्या पायथ्याशी पोहचलो.

आज नरक चतुर्दशी....

आता मी मागं वळून पाहिलं तर लक्ष्मी हाय नाय. मी खूप आवाज दिला तिला पण लक्ष्मीचा पत्ता नाय. मगाशी जी किंकाळी ऐकू आली ती लक्ष्मीची तर नव्हती का? अशी शंका मनात येऊ लागली.

मंदिराची घंटा वाजली....

आनि तेव्हा माझ्या ध्यानात आलं कि...

की हि काही पूजा बिजा नव्हती अन् नाही कुठली मन्नत. हि होती एक चाल! एक षडयंत्र. तो दुपारचा साधू आणि त्यानं आज्जीला दिलेला कानमंत्र म्हणजे लक्ष्मीला जाळ्यात अडकवण्यासाठी रचलेला सापळा होता तो. मी ते विजलेल्या दिव्याचं ताट घेऊन पुन्हा मागे स्मशानाच्या दिशेनं धावू लागलो. माझ्या पाठीवर जी पिशवी होती ती आज्जीनं कत्तल खान्यातून आणलेल्या मटणाची पिशवी होती. (मला वासावरनं कळलं). ती किंकाळी लक्ष्मीचीच होती. हे मनाशी पक्क झालं. माझ्या मागे चलात आलेली लक्ष्मी त्या स्मशानात अडकली. कारण मी इतर तिच्या सारख्या आत्म्यांच्या संगतीत तिला नेऊन गेलो आणि स्मशानाच्या आत तर ती आली पण तिची बाहेर सुटका काही झाली नाय.

मी मागे फिरलो....

मी स्मशानाच्या मागचं दार उघडलं. पहाट झाली असली तरी अजून कळोखच होता. शिवाय घनदाट झाडीमुळे अजूनच कळोख पसरला होता. मी स्मशानाच्या आत शिरलो नी जोरानं लक्ष्मीला आवाज दिला...

"लक्ष्मे!!!!"

(थोडा श्वास घेऊन)

"लक्ष्मे!!! ये इकडं लवकर! तुला मी बोलवत आहे. घाबरु नकोस तू भूत नाही देवा घरची लक्ष्मी हाय! वेळ आलेली आहे तुझं रूप दाखवण्याची..., वेळ आलेली हाय तुझी ओळख करून देण्याची..., वेळ आलेली हाय दिवाळीच्या दिवशी लक्ष्मीच्या येण्याची..."

आणि... आकाशात जोराचा आवाज झाला.. आकाशात फटाक्यांची आतिषबाजी होत होती.

"लक्ष्मे! (मी कुंकवाच्या करंड्यात अंगठा टाकून समोर धरला) ये आणि हा टिळा लाव तुझ्या कपाळाला!"

लक्ष्मीचा काही आवाज नाय की ती असल्याची काही मला खात्री नाय. मला वाटलं की साधू बाबांचा कानमंत्र यशस्वी ठरला. आता काही लक्ष्मी आपल्याला कधी म्हणजे कधी बी दिसणार नाय. मी स्मशानाच्या मधोमध हुंदके देऊन रडू लागलो. माझ्या डोळ्यातून पाणी ओझरू लागलं. मी माझा कुंकवानं भरलेला अंगठा खाली घेतला...

पण...

समोर कुंकवाचा टिळा माझ्या समोर अधांतरी होता. माझ्या भरलेल्या डोळ्यांना मी पुसलं नी माझ्या गालावर हसू उमटलं. माझ्या समोर लक्ष्मी उभी होती. हळूहळू तिचं रूप स्पष्ट दिसू लागलं आणि तिच्या कपाळाला मी लावलेला टिळा सुध्दा! मी लक्ष्मीचा हात हातात घेऊन धावू लागलो. आम्ही दोघं स्मशानाबाहेर पडलो. आकाशात आतिषबाजी सुरूच होती. सर्वत्र दाही दिशांना फटाक्यांचा आवाज घुमत होता.

धावता धावता...

लक्ष्मी धावता धावता पुन्हा गायब झालेली. मी हसत लक्ष्मी परत मिळाल्याच्या आनंदाने धावत उड्या मारत घरापर्यंत पोहचलो. मयना सरदेसाई नी तिचा उपग्रह बी आमच्या घरी दिवाळीच्या शुभेच्छा देण्यास सकाळच उगवला होता. मला पाहून आईला इतका आनंद झालेला की तिच्या तो डोळ्यांत दिसत होता. तर लक्ष्मी स्मशानात सोडून आलो ह्याचा आनंदोत्सव दिवाळीपेक्षा ही जोरात आज्जीच्या वागण्यातून दिसत होता. आज्जीला असच वाटत होतं कि लक्ष्मी त्या

स्मशानातच अडकली गेली आहे.

"आलास तू मन्या... म्या किती वाट पाहत होती तुझी." माझी आई मला म्हणाली.

"ते राहू दे गं! (माझ्या डोक्यावरनं हात फिरवीत आज्जी) पहिलं तोंड गोड कर!" (तोंडात मिठाईचा तुकडा भरवत) आज्जी म्हणाली.

"मन्या दिवाळीच्या शुभेच्छा!" मयना एक हात पुढं करत मला म्हणाली.

(तिच्या हाताला मागे घेत) तिचा उपग्रह पुढं आला नी नमस्ते करून म्हणाली, "दिवाळीच्या शुभेच्छा!"

मी काहीच कुणाशी न बोलता घरात शिरलो नी मधल्या खोलीत कपाटाच्या आरश्यात स्वतःला पाहत बसलो.

तेव्हा सर्वजण माझ्या खोलीच्या दारापाशी आले. माझी आई म्हणाली, "नाम्या काय रे तुझ्या मैत्रिणींशी नाय बोलला तू काही?"

"झालं तरी काय ह्याला?? नुसता आरश्यात पाहत हाय." आई आज्जीला विचारू लागली.

"वेडा झाला का हा मन्या?" उपग्रह चंदाला म्हणाली.

मी मागे वळून सर्वांनकडे पाहिलं नी... "ही...ही...ही" करून खिदळलो.

"....की झपाटला हा....????" आज्जी किंचाळली.

माझ्या शरीराच्या आत लक्ष्मी रहायला लागली हे आता आज्जी, आई नी आतापर्यंत सर्व गावाला कळलं होतं. माझ्या गावचा एकपण मनुष्य आता मला "मन्या" म्हनून ओळखत नाय नी माझ्याकडं अशा नजरेनं पाहतो की मी ह्या गावात नवीनच कुठून दुसऱ्या गावातून आलो हाय. ते जाऊ दे! माझी आई मला ओळखत नाही हाय ती, आता सांगा काय करावं मी?

5

झपाटलेला मित्र

माझा मित्र पांढऱ्या म्हशीवर बैसून समोरच्या झाडीत शिरला....

मी जमिनीवर पडून सर्व पाहत होतो....

पेंगलेल्या डोळ्यांनी त्याच्याकडे पाहत कसाबसा उठलो नी त्याच्या मागे-मागे जाऊ लागलो....

माझ्या पायात चालण्याचे जराही त्राण नव्हते. शिवाय समोरच्या झाडीतली वाट म्हणजे जंगलाची वाट....

ह्याच्या पुढचं मला काही आठवत नाही. कारण मी एस.टी. बस स्टॉपच्या बाकड्यावर पालथा पडून झोपून गेलो....

साधारण अर्ध्या तासानंपूर्वी...

मी आणि माझा मित्र दोघं नित्यनेमाने दरवर्षीप्रमाणे गटारीच्या शुभ मुहूर्तावर रातच्याला भेटलो. घरी पियु शकत नाही म्हणून गावाबाहेरच्या कट्ट्यावर, गावापासून २-३ किलोमीटर अंतरावर, गावातल्या वेशीवर देशी दारूचं दुकान आहे. तेथेच हा सण साजरा करण्याचे आम्ही आयोजित केलं होतं. त्याची बाईक होती म्हणून काहीच प्रश्न नव्हता. बाराच्या आत घरला टच! आई बाबांना सांगायचं एका मित्राला नोकरी लागली म्हणून जबरदस्तीने पाजली नी बायकोला सांगायचं की वर्षातून एकदाच चातकासारखा भेटतो हा माझा खासमखास मित्र! तसं माझं आणि ह्या माझ्या मित्राचं भेटणं दुर्मिळ. कारण ह्याचे बाबा आणि माझ्या बाबा म्हणजे कट्टर वैरी. शाळेपासून आम्ही दोघं एकत्र होतो.

सगळ्यात वाईटात वाईट व्यसनांची संगत मला ह्याच्यामुळेच लागली. हे जेव्हा माझ्या बाबांना कळलं तेव्हा मला बदड बदड बदडलं. तेव्हापासूनच गावात आमचं भेटणं कमी झालं. पण गटारीला आम्ही भेटू लागलो. देशी दारूच्या दुकानात हा दारूची चातकासारखी वाट बघत असतो. तेही वर्षातून एकदा म्हणजे आज गटारीला!

गटारी सुरू झाली....

"एक-एक पॅक करत,
खूप पॅक-पॅक झाले... इतके पॅक कि आता फक्त,
चकण्यातले फक्त शेंगदाणे चटकले,
जुन्या आठवणीच्या निमित्ताने....,
खंबेच्या खंबे गटागट गटकले."

पण आता आमची बाईक काही चालू होण्याचे नाव घेत नव्हती. मी जोरात गाणं गायला सुरू केलं, "आज रपट जायें तो हमें ना उठइयो...हमें जो उठइयो तो ख़ुद भी रपट जइयो...हाँ ख़ुद भी फिसल जइयो.." आणि मी जोरदार फिसलून पडलो. झोपूनच माझा मित्र काय करतोय ते पाहू लागलो. तर तो माझा मित्र म्हशीवर बसला आणि गाऊ लागला, "चल चल ओ मेरे साथी ओ मेरे हाथी..." गाता गाता तो खूप प्यायलेला असल्याने म्हशीवरच झोपून गेला. ती म्हैस पांढऱ्या रंगाची होती. ह्याचं माझ्या डोळ्यांवर विश्वासच बसत नव्हता. तर माझे डोळेही पेंगत होते. म्हैस आता हळूहळू रस्ता क्रॉस करून झाडीत शिरू लागली. म्हशीवर झोपलेला माझा मित्र म्हशीवरून झाडीत चाललेला पाहून मी त्या म्हशीच्या मागे गेलो. रस्ता क्रॉस केला. म्हैस झाडीतून पायवाट धरून जरा वेगाने जाऊ लागली. मी पुढे जाणार तेवढ्यात मी थांबलो नी माझी पावले मागे सरकली. वाट जंगलात चाललेली पाहून मी काही गेलो नाही. कारण दारू पिऊन आधीच वाट लागलेली. शिवाय मला चालण्याचे त्राण आणि शुद्ध दोन्हीही नव्हते. म्हणून मी स्वतःशीच बडबडत एस.टी. बस स्टॉपच्या बाकड्यावर पालथा पडून राहिलो आणि दारूच्या नशेत कधी झोपून गेलो हे कळलंच नाही.

दिवस दुसरा, सकाळचे १०:३० वाजले...

"अरे उठ की...!" गावचा एक रिकाटेकडा बस स्टॉपवर येऊन मला उठवू लागला.

मी उठलो आणि जड झालेल्या डोक्याला मागे वळवून आणि ओळखीचा आवाज आल्यानं न उघडणारे जड डोळे उघडून मी पाहू लागलो.

"काय झालं रे नाम्या! एवढ्या सकाळी सकाळी घरी आलास?"

"आई ई ई ई... शप्पत!!!!!!! अरे मी तुझ्या घरी नाय आलो तू बस स्टॉपवर झोपला हायेस. घरी जा! लई मोठा प्रोब्लेम झाला हाय तुझ्या घरी. तुझी बायको तर हातात दोन बॅगा नी कपाळावर ४ आठ्या आणि नाकावर ढीगभर राग घेऊन केव्हाच माहेरी निघून गेली हाय." नाम्या नेहमीच्या त्याच्या घोगऱ्या आवाजात म्हणाला.

मी धावत घराकडे निघालो.

माझं घर, म्हणजे भालचंद्र वाड्यात,

घरात माझे बाबा इडकडून तिकडे हात मागे घेऊन येर झाऱ्या घालत होते. माझे बाबा, भालचंद्र अग्निहोत्री फारच तापलेल्या तव्याप्रमाणे गरम झाले होते आणि माझी बहीण त्यात माझ्या नावाच्या भज्या तळत होती. मी आलेलो बघताच रनगाड्याची तोफ माझ्याकडे फिरली म्हणजे बाबांनी नजर रागाने माझ्यावर फिरवली.

"कुठेय???" बाबा जोरात माझ्यावर ओरडले.

"काय कुठेय?" मी दबक्या आवाजात विचारलं. (बाबा पण घेतात? कधीपासनं?? काल गटारी झाली आणि आज खंबा कुठेय म्हणून मागत आहेत? असे चुकीचे गैरसमजवाले प्रश्नही माझ्या डोक्यात आले)

"तुझा गटारीवाला मित्र कुठे आहे?" बाबांनी विचारलं. (आईच्या गावात!!! त्या माझ्या मित्राला मी तर पूर्णपणे विसरलो होतो.)

"मी काही गटारी वटारी नाही केली बाबा." मी बाबांची खोटं पकडणारी नजर चुकवत म्हणालो.

"हरामखोर!!! दारू पितोस लाज नाही वाटत??? बिचाऱ्या बायकोला एकटीला सगळी भांडी घासायला लागली काल. म्हणून ती आज सकाळी माहेरी निघून गेली. तुझ्या आईला रात्री नीट दिसत नाही, ताईला बरं

नाही. तर मग भांडी कोणी घासायची आता?"

"तुम्ही!"

"काय?"

"म्हणजे तुम्हाला कसं कळलं की मी काल माझ्या मित्रा बरोबर होतो ते?" मी भित भित विचारलं.

"तू गायब आणि तुझा हा मित्रही गायब... मग काय समजायचं आम्ही?? तुझ्या मित्राच्या बाबांचा सत्राशे साठ वेळा मला फोन येऊन गेला. तुझा मित्र गटारी करायला तुझ्या बरोबर जातोय हे त्याच्या आईला त्याने गुपचूप सांगितलं होतं तेही कळालं. म्हणून त्याच्या बाबांनी पोलिस स्टेशनमध्ये चौकशी आणि तुम्ही हरवल्याची तक्रार केली. तसेच मला सारखं सारखं फोन करून 'आला का घरी? आला का घरी?' करून मध्यरात्री पासून झोपून देखील नाही दिलं. शिवाय पहाटे पहाटे तुझ्याविषयी विचारपूस करण्यास पोलिसांनी मला पोलिस स्टेशनमधे नेलं. तुला नाम्याने सकाळी बस स्टॉपवर झोपलेलं पहिलं होतं. म्हणून तुझा पत्ता आम्हाला लागला पण तुझा मित्र काही सापडला नाही. सांग कुठे आहे तो???" बाबा तोफांतून बॉम्ब मारावे तसे मला विचारू-विचारू मला ओरडून मारत होते.

"तो म्हशीवर बसून केव्हाच पोहचला असेल घरी." मी उगाच काहीतरी बोलायचं म्हणून बोललो.

"नाही आला आहे!!!! तेथे त्याच्या घरचे टेन्शनमध्ये आणि येथे आम्ही टेन्शन मध्ये पण तुला त्याचे काही नाही." बाबा माझ्यावर फारच उकळले होते.

"तो... तो...खरच म्हशीवर बसून जंगलात गेला...मी पाहिलं त्याला...पण...मग...मी...मी झोपलो..." मी घाबरून बाबांना उत्तर दिलं.

"अरे तुझा मित्र नशेत जंगलात जात होता आणि तू झोपलास???? आताच्या आत्ता जा आणि हुडकून आण त्याला नाहीतर घरात नाय घेणार तुला..." बाबांनी डायरेक्ट माझ्यावर अणु बॉम्बच टाकला माझ्यावर.

मी जीव मुठीत घेऊन घरा बाहेर पडलो. मी गावातल्या ज्याच्या-ज्याच्याकडे म्हशी आहेत त्याच्या-त्याच्याकडे समद्या शेतकऱ्यांना

विचारलं. त्यांनी काल रातच्याला बस स्टॉपवर आलेल्या म्हशी बद्दल काहीच माहिती दिली नाही. तर ज्यांच्या त्यांच्या म्हशी त्यांच्या त्यांच्या गोठ्यात होत्या. एकाने तर "माझी म्हस बसचा प्रवास करत नाही" असं चक्क तोंडावर सांगितलं. दुपारची आता संध्याकाळ झाली. पोटात एक अन्नाचा कण गेला नव्हता. झक मारली आणि गटारी साजरी केली असं झालेलं मला. पण आतापर्यंत जर घराकडे माझा हा मित्र आला असेल तर? आणि मी उगाच आपला ह्या पांढऱ्या म्हशीला शोधत बसलो असेन तर?? ह्या मनाला थोडासा का होईना सुखद धीर देणारा माझा विचार मीच संमत करून परत घराकडे निघालो. भर रस्त्यात "आल इज वेल!" म्हणत चाललेलो.

घरात पोहचलो...

बाबा नव्हते. आई मला बघताच चौकश्यांनवर चौकशी करू लागली.

"आई तू पहिले मला जेवायला वाढ, मी नंतर तुला सगळं सांगतो."

आईने ताट वाढलं नी मी जेवणावर तुटून पडलो.

"आई भात वाढ भात!" मी म्हणालो. (आई भात वाढायचं सोडून डोक्यावरून प्रेमाने हात फिरवू केस कुरवाळू लागली)

"आई भात वाढ गं!" मी वैतागून म्हणालो.

आता आई समोर उभी. तिच्या हातात भातचं पातेलं. तिच्या हातातलं भातचं पातेलं तिच्या थरथरत्या हातात कापत होतं....

हि जर इथं उभी आहे मग डोक्यावर हात फिरवू केसं कोण कुरवाळत असेल? म्हणून मी वळून पाहिलं आणि एकदम कपाळावरचा घाम थंडगार पडला, जीभेवरची चव एकाएकी निघून गेली, अशक्तपणा जाणवू लागला आणि मला एकाएकी फणफणून अंगात ताप भरला.

"बाबा!!!" (हार्ट अटॅक आल्यागत मी किंचाळलो)

मी ताडकन उभा रहीलो.

(बाबा हसत) "भात वाढ... भात... (अजूनही बाबा हसत) मी सकाळ पासून पोलिस स्टेशनमध्ये फेऱ्या मारत आहे आणि ज्यांच्यामुळे ह्याचा मित्र हरवला आहे ते युवराज भात खात आहेत भात...? व्हा छान! (आता चेहऱ्यावरचा जगाचा नकाशा भारत पाकिस्तानाप्रमाणे बदलून) भात पाहिजे तुला???? जा चालता हो!!! आणि जाऊन तुझ्या हरवलेल्या

मित्राला शोध!!!" (प्रचंड रागाने ओरडून बाबांनी जी लाथ घातली त्याने मी डायरेक्ट दाराच्या उंबरठ्यावरून अंगणाचे कुंपणच पार केलं.)

पुन्हा मी जीव मुठीत घेऊन पळालो. मी आता ठरवलं की काहीही झालं तरी चालेल, पण ह्या माझ्या मित्राला आपल्याला शोधलंच पहिले. मी पुन्हा त्या जागेवर गेलो जिथे ती म्हैस झाडीत गेली होती. नाम्या अजून त्याच बस स्टॉपवर बसून बिडी फुंकत होता. मी झाडीत शिरताना पाहून माझ्याकडे आला आणि म्हणाला, "आई ई ई ई... शप्पत!!!!!!! काय करतो आहेस? तुला काही लाज शरम हाय की नाय?!!! बायको घर सोडून गेली. तुझे बाबा सकाळपास्न पोलिस स्टेशनमध्ये होते आणि तू अजुन इथेच?"

"मी माझ्या मित्राला शोधायला चाललो आहे." मी तोंड वर करून म्हणालो.

"अरे इथं कुठे चालला आहे. ही वाट तर जंगलाकडे जाते. तुला ठाव तरी हाय का ही वाट कुठे जाते ते?" नाम्या म्हणाला.

"नाही माहित पण मी लवकरच माहीत करून घेईन." मी अजून छाती फुगवून म्हणालो.

"आई ई ई ई.... शप्पत!!!!!!! घरी जा तू! (एकदम दबक्या आवाजात) हि वाट जंगलात भुताच्या वाडीत जाते. तिथं कोण बी जात नाय आणि एकदाका कोण गेलं तर परत येत नाय." नाम्याने माझ्या फुगलेल्या छातीतून फुग्यातून हवा काढावी तशी हवा बाहेर काढली.

आता इकडे आड (बाबा) आणि तिकडे विहीर (भुतांची वाडी) होती. बाबा तसेपण ओरडून ओरडून मारतच होते. आता मी तर ठरवलंच की काहीही होऊ दे ह्या माझ्या मित्राला मला शोधलंच पाहिजे. मी नाम्याचं काहीही न ऐकता झाडीतून जंगलाची वाट धरली. वाट घनदाट झाडांनी आच्छादलेली होती. घुबडांची 'वूं...वूं...' चालूच होती. तर रातकिड्यांची किरकिर स्पष्टपणे ऐकू येत होती. समोर मिट्ट काळोख असला तरी मी माझ्या मोबाईलच्या टॉर्चचा उजेड पाडत, माझा मित्र कुठे दिसतोय का ते पाहत होतो. तर... मला माझ्या मागून कुणी तरी चालत येतय ह्याची चाहूल लागली. मी मागे टॉर्च मारून पहिलं तर हा नाम्या!

"अरे तू कशाला आलास?" मी म्हणालो.

"आई ई ई ई... शप्पत!!!!!!!!!! तुला वाट दाखवायला रे!" नाम्या म्हणाला.

"चल दाखव वाट." मी म्हणालो.

"तुझ्या हातात टॉर्च हाय तर तू पुढे चल. मी येतो मागे-मागे तुझ्या." नाम्या म्हणाला.

"तर मग कुठे जायचं आहे?' मी विचारलं.

"हे बघ! थोडं पुढे गेला की काळ्या पाण्याचा ओढा लागेल. त्याच्या पुढे जुने पडके वाडे दिसतील, तिथेच भुतांची वस्ती हाय. ही वस्ती फक्त रातच्या वेळी दिसते." नाम्या म्हणाला.

माझा फोन वाजू लागला. माझ्या बाबांचा फोन. आता उचलू की नको ह्याच्या विचारात पडलो. उचलला तरी बोलतील आणि नाही उचलला तरी बोलतील. म्हणून मी फोन उचलला. तर बाबा म्हणाले, "तू का जंगलाच्या वाटेने गेलास?"

"बाबा तुम्हीच सांगितलं ना की तुझ्या मित्राला शोधूनच ये?" मी म्हणालो.

"पण तुला नाम्या ने सांगितलं होतं ना की ती भुताची वाडी आहे तिथे जाऊ नको म्हणून तरी गेलाच?" बाबा म्हणाले.

"बाबा हा नाम्या माझ्या बरोबर आहे काही चिंता करू नका आणि ह्याला बऱ्यापैकी जंगलाची वाट सुध्दा माहीत आहे." मी हसत म्हणालो.

"अरे मूर्ख माणसा!!! नाम्या माझ्या समोर उभा आहे!" बाबा इतक्या मोठ्या आवाजात म्हणाले की जणू मोबाईल मधून बाहेर येऊन म्हणाले असा भास मला झाला.

माझ्या पाया खालची जमीन इतकी सरकली...की माझी पॅन्ट ओली झाली.

टॉर्च हळू-हळू मागे मारला...

(मागे नाम्या हसत उभा)

"मी आता काय करू बाबा....???" मी बाबांना विचारलं.

"तू घाबरु नकोस मी सांगतो तसं कर. मागे न वळता नी त्याला कुठली ही वाट न विचारता आता सरळ चालतच रहा आणि फोन कट करू नकोस चालूच ठेव." बाबा म्हणाले.

मी सरळ चालतच राहिलो. नाम्या माझ्या मागेच चालत होता. समोर नाम्याने सांगितलेल्याप्रमाणे काळ्या पाण्याचा ओढा आला. त्याचं पाणी खरच काळकुट्ट होतं. मी ओढा पार केला आणि समोर मला पडक्या वाड्यांची वस्ती दिसली. मी जरा पुढे गेलो असेन तर माझी बायको समोरून येत होती. हातात बॅगा होत्या. बहुतेक ही सुध्दा भुताडकी असणार म्हणून माझ्या बायकोने मला इतक्या हाका मारल्या तरी मी जरासुद्धा तिच्याकडे ढुंकूनही पाहिलं नाही नी पुढे जात राहिलो.

"कोण ओरडत आहे रे?" फोन मधून तिचा आवाज बाबांच्या कानापर्यंत गेल्यामुळे त्यांनी मला विचारलं.

"बाबा मला मगाशी जसा नाम्या दिसला तशी माझी बायको पण दिसत आहे." मी हसत म्हणालो.

"अरे...ती तुझी बायकोच असेल! कारण सकाळपासून एस.टी. ने गेलेली बायको अजून माहेरी पोहचलेली नाही आहे. शिवाय आताच तिच्या माहेरून मला फोन सुध्दा येऊन गेला की ती माहेरी अजूनपर्यंत पोहचली नाही आहे." बाबा म्हणाले.

"बाबा मला कळत नाही आहे कोण खरं आहे आणि कोण भुतं?" मी केविलवाण्या आणि रडकुंडीला आलेल्या तोंडाने म्हणालो.

"तू एक काम कर! तो नाम्या आहे का मागे?" बाबांनी विचारलं.

(मागे वळून पाहिलं तर मागे नाम्या हसत उभा होता) "हो माझ्या मागेच उभा आहे." मी त्याच्या तोंडाकडे पाहून म्हणालो.

"त्याच्या बरोबर एक सेल्फी फोटो काढून बघ! फोटोत भुतं दिसत नाय. जर हा नाम्या दिसला तर समज तो भूत हाय! तसच जर का तुझ्या बायको बरोबर सेल्फी फोटो काढल्यावर ती फोटोत आली तर समज की ती खरच तुझी बायको आहे." बाबा म्हणाले.

मी त्या नाम्या बरोबर सेल्फी काढला तर नाम्या हाय नाय त्या सेल्फी फोटोमधे. माझ्या मागून धापा टाकत धावत आलेल्या माझ्या बायकोने ती मला हाका मारून तिला दुर्लक्ष केल्यावरून मला तासडायला लागली. मी तिच्या ताडण्याला दुर्लक्ष करून् तिच्या सोबत सेल्फी फोटो काढला. तिने मला तेवढ्यपुरता सेल्फी पौंड दिला आणि फोटो काढून झाला की ती पुन्हा मला तासडायला लागली. पण सुदैवानं

ती फोटो मधे आली.

"बायको सापडली!" आनंदाने उड्या मारून मी बाबांना सांगू लागलो.

"पण ती तुझी बायको त्या भुतांच्या वाडीत काय पोळ्या लाटायला गेली होती काय???? विचार तिला?" बाबा रागात म्हणाले.

"हो !! हो!! विचारतो." मी सुध्दा बायकोवर रागावलो आहे असं केवळ बाबांना दर्शवून म्हणालो.

"काय गं ए???!!! भुतांच्या वाडीत काय पोळ्या लाटायला गेली होती काय?" अगदी सौम्यपणे तिला विचारलं.

"तुम्हाला अक्कल बिक्कल आहे की नाही जरा??? (नाम्या मागून हसला ह्या वाक्यावर) किती आवाज देत होते तुम्हाला. मला काय हौस आली आहे का ह्या भुताच्या वाडीत येण्याची. एस. टी. बस पुढे जाऊन बंद पडली. कारण घाटावर दरड कोसळली त्यामुळे मला गावचा रस्ता शोधत या वाटेने मी विचारत विचारत आले. ते जाऊ दे मला सांगा तुम्हाला किती फोन करायचे?? एक फोन लागत नाही तुमचा सतत ऐंगेज लागतो आहे." बायकोने मला धारेवर धरलं होतं.

"अगं ते बाबांचा फोन चालू आहे. मी त्यांना विचारून विचारून त्यांच्या सल्ल्यानुसार पुढे जात होतो माझ्या हरवलेल्या मित्राला शोधायला." मी म्हणालो.

"विचारा... अजून बाबांनाच विचारा...इतके मोठे झाले तरी अजून बाबा बाबाच करत बसा!" बायको मगासपासून केकाटते आहे तेथे तुमचं लक्ष नाही..." (बायकोपेक्षा आता हा भूत असलेला नाम्या मला प्रिय वाटू लागला होता. एकवेळ भूत परवडलं पण बायको आवर अशी गत झालेली.)

"अगं तसं नाही गं... तुला एक गम्मत दाखवतो. हे बघ! हा पाठी नाम्या आहे ना तो नाम्या नाही. नाम्याचं भूत आहे." मी बायकोला कोपरखळी देत हसत म्हणालो.

"मागे कुणी बी नाही." बायको मागे वळून पाहत म्हणाली.

आता हा नाम्या मलाच का दिसतो आहे? मी विचार करू लागलो. पण त्यापेक्षाही महत्वाचं होतं की माझ्या मित्राला शोधणं. आता मी माझ्या बायकोलाही घेऊन पुन्हा पुढे भुताच्या वाडीतनं मित्राला शोधत फिरू

लागलो.

"आई ई ई ई शप्पत!!!!!!!!! तो पहा तेथे आहे तो त्या म्हशी जवळ" नाम्या मला म्हणाला.

"अरे होरे!!!" मी माझ्या मित्राला हात दाखवला.

माझा मित्र भेटला याचा आनंद बायकोला सोडून मला आणि नाम्या भुताला पण झाला. माझ्या मित्राला मी पाहून खूप खूप धन्य झालो.

"माझा मित्र सापडला!" मी बाबांना फोनवर सांगितलं.

"अरे....तू....तू....ठीक आहेस ना...?" बाबा दबक्या आवाजात म्हणाले.

"हो काय झालं?" मी माझा जल्लोष जरा थांबवून बाबांना विचारलं.

"ती...ती...तुझी बायको..." बाबा काहीशे चिंताग्रस्त स्तितीत मला विचारत होते.

"हो बायको आहे ना इथे! ती पण खुश झाली आहे." मी हसत म्हणालो.

"तुझी बायको..."

"हो हो!... माझीच बायको आहे..."

"अरे... तुझी बायको!"

"माझी बायको काय??" मी आता जरा माझा उत्साह थांबवून विचारलं.

"अरे मूर्ख माणसा! बोलू दे कि मला... तुझी बायको तुझ्या माहेरी पोहचली." बाबा म्हणाले.

"काय??????" मी समोर असलेल्या बायकोला शंकेने पायापासून डोक्यापर्यंत पाहून हादरलो.

"हो! आताच तिच्या बाबांचा फोन आलेला की बस मधेच होती रस्त्यात दरड कोसळली होती म्हणून गाडी उशिराने पोहचली आणि मीही तिच्याशी फोनवर बोललो." बाबा म्हणाले.

आता मला काय बोलावे आणि काय करावे तेच कळत नव्हतं.

"मी...मी....काय करू आता बाबा?" भितीनं एक आवंढा गिळत म्हणालो.

"त्यांनी अजून तुला काही केलं तर नाही ना? काय करत आहेत ती दोघं?" बाबांनी विचारलं.

(माझ्या मित्राकडे बघत) "माझा मित्र माझ्याकडे बघत मंद मंद हसत आहे. (बायकोकडे बघत) आणि माझी बायको तिरक्या नजरेने माझ्याकडे बघत मंद मंद हसत आहे."

"अरे मंद आहेस का तु??? सेल्फी काढ त्यांच्या बरोबर सेल्फी!" बाबा ओरडत म्हणाले.

मी सेल्फी काढला.

"बाबा सेल्फीमध्ये माझा मित्र, बायको आणि...." थरथरत मी म्हणालो.

"आणि काय???" बाबांनी विचारलं.

"..आणि आता नाम्या व इतर समदी भुतं बी सेल्फी फोटोत आले आहेत. बाबा काय करू???" मी आता बेशुद्ध पडायचं बाकी होतो.

"एक काम कर लगेच फेसबुक आणि इंस्टाग्रामवर अपलोड कर आता." बाबा शांतपणे म्हणाले.

काहीवेळा नंतर...

"बाबा तुम्हाला पण मी ट्याग केलं आहे चेक करा. फेसबुक आणि इंस्टाग्रामवर फोटो अपलोड केले आहेत त्यांना लाईक मारा." मी हसत बाबांना म्हणालो.

"अरे मूर्ख माणसा! तुला मी आता फोन मधून येऊन तेथे मारेन! पळ तेथून पळ...! फोटो अपलोड करतोय???? सगळं मला सागायला हवंय का???" बाबा इतके ओरडत होते की आजुबाजूच्या वाड्यातली भुतंपण झोपेतून जागी झाली असावी.

बाबाच्या ओरडण्याने मी दचकून असा धावू लागलो की... माझ्या मागे भुतं धावत येत आहेत ह्याचेही भान मला राहिलं नाही.

माझी बायको,"अहो! थांबा!!!" करत बॅगा सांभाळत धावत येत होती. माझा मित्र त्या पांढऱ्या म्हशी वर बसून,"चल चल मेरे साथी ओ मेरे हाथी!!" करत धावत येत होता. तर नाम्या दोन्ही हात मागे हातात हात बांधून धावत होता. धावता धावता मला एकाएकी काय झालं कुणास ठावूक मी थांबलो. मागून तिघंही धावत माझ्यापर्यंत आली. आता मी

तिघांच्या बरोबर चालू लागलो. गावच्या वेशीपर्यंत आलो असेन. नाम्याला मी त्याच्या बस स्टॉपवर बसवलं आणि बायकोला रातच्या १:३० च्या तिच्या महेरगावच्या एस.टी. बसमधे बसवून दिलं. आणि माझ्या त्या म्हशीवरच्या मित्राला त्याच्या घरी सोडून आलो. त्याच्या घरचेही खुश झाले तर मीही आनंदाने सुखरूप घरी परतलो.

(बाबा पुन्हा रात्रीचे येर झाऱ्या घालत माझ्यावरचा राग जमिनीवरच्या फरश्यांवर पायाने आपटून आपटून काढून माझीच वाट पाहत होते.)

"काय झालं?? मित्राची काही खबर लागली का??? आणि ती भुतं???" बाबांनी विचारलं.

"बाबा चिंता करू नका. माझा तो भुताच्या वाडीतला मित्र होता ना त्याला मी त्याच्या घरी सोडून आलो आहे. तेव्हा आपली पोलिस चौकशी तरी मिटली." मी म्हणालो.

"अरे पण तो खरा तुझा मित्र नसून भूत आहे भूत!!!" बाबा वैतागून म्हणाले.

तेवढ्यात बाबांना कुणाचा तरी फोन आला...

"हॅलो! हा बोला इंस्पेक्टर साहेब! काय??? मित्र तुम्हाला सापडला??? पोलिस स्टेशनमध्ये आहे???" बाबा माझ्याकडे रागात बघू लागले.

तेव्हाच दारावरची कडी वाजली. आईने दार उघडलं.

"ये ये..इतक्या रातच्याला कशी काय गं तू आलीस? माहेरी होतीस ना तू?" आई घरात आलेल्या (शिरलेल्या) बायकोला म्हणाली.

"बायको दोन्ही बॅगा सांभाळत घरी आली. तिला पाहून बाबा म्हणाले तू अपलोड केलेल्या त्या इंस्टाग्राम फोटो मध्ये तर हिची पिवळ्या रंगाची साडी होती. आता पांढरी कशी नेसली आहे हिनं?" बाबांनी विचारलं.

"बाबा ती पिवळ्या रंगाची माझी बायको खरच माझी बायको होती वाटतं तिला मी रातच्या १:३० च्या तिच्या महेरगावच्या एस.टी. बसमधे बसवून दिलं." मी नखं खात म्हणालो.

"मूर्खा!!!!!! काय केलं हे तू????" बाबा खवळले.

"बाबा मी त्या भूत मित्राला त्याच्या घरी सोडून आलो म्हणून आपल्या घरात ही भुताडकी माझ्या बायकोच्या रूपानं तर आली नसेल

ना??"

"अगं बोल की इतक्या रातच्याला माघारी कशी आलीस तू?" आईनं माझ्या बायकोला परत विचारलं.

"माहेरी गेली होतीस कुठे मी? ह्यांना मी रस्त्यात भेटले. किती हाका मारल्या तरी ह्यांनी मागे वळून पाहिलं नाही आणि मूर्खासारखे भूत बघावं तसं भररस्त्यात धावत राहिले. शिवाय मला चुकीच्या बसमधे बसवलं नी जबरदस्तीने मला माहेरी धाडलं. बरं झालं कंडक्टरने तिकीट काढताना सांगितलं की बस त्या मार्गानं जाणार नाही. तेव्हा वेळीच खाली उतरले. आता ह्या जड दोन बॅगा घेऊन मी कशीबशी घरी पोहचले. आई खूप भूक लागली आहे गं जेवायला वाढ पहिले." बायको जोराने बॅगा माझ्या पायावर आपटत आत जाता जाता म्हणाली.

बाबा आणि मी दोघं एकमेकांकडे पाहू लागलो. बाबांनी लगेच खिशातला फोन काढला आणि बायकोच्या माहेरी लावून तिच्या बाबांना सांगितलं की ताबोडतोब त्यांच्या मुली सोबत एक सेल्फी फोटो काढून पाठवावे. त्यांनी लगेच सेल्फी फोटो काढले आणि बाबाच्या व्हॉटसएपवर पाठवले. तर...

...तर सेल्फीमधे त्यांची मुलगी नाही. म्हणजे ही आमच्या घरात आलेली खरी बायको असल्याचे निदान आम्हीच केले.

रात्री दोन वाजून दोन मिनिटांनी...

आम्ही सगळे गाढ झोपलो होतो. माझ्या खोलीत मी बायको सोबत झोपलो होतो. बराच वेळ झाला मला कुणीतरी हाका मारत आहेत याची जाणीव झाली. म्हणून मी डोळे उघडले. तर...

...तर डोळ्यावरची झोप ताडकन उडाली...

समोर माझा मित्र!!! (समोर खुर्चीत बसून माझ्याकडे एकटक पाहत होता.)

मी बेडवर झोपूनच बाबांना फोन केला आणि म्हणालो, "बाबा झोपला आहात का?"

"नाही रे विटी दांडू खेळतो आहे" बाबा हसत म्हणाले.

"इतक्या रात्री विटी दांडू?! का हो बाबा का? विटी दांडू का खेळत आहात? माझ्या बरोबर कधीच खेळत नाही तुम्ही विटी दांडू?!" मी

विचारलं.

"मी फोन मधून दांडू फेकून मारीन! रात्री दोन वाजता कोणी विटी दांडू खेळतं का मूर्ख माणसा??? झोपलो होतो. का उठवलंस ते सांग?" बाबा झोपेतून उठल्यावरही किती तीव्रतेने माझ्यावर ओरडू शकतात हे मला आज समजलं.

"बाबा समोर माझा तो मित्र बसला आहे. काय करू?" मी म्हणलो.

"काय म्हणतोय तो, कसा आहे?" बाबांनी विचारलं.

"काही बोलत तर नाही आहे. खुर्चीत बसून माझ्याकडे बघून मंद मंद हसत आहे." मी म्हणालो.

"अरे मंद आहेस का तू? आता काय करायला पाहिजे तू?" बाबांनी मला विचारलं.

"बाबा डोन्ट वरी! मला माहित आहे मला काय करायला पाहिजे ते." मी असं म्हणून फोन कट केला.

दोन मिनिटानंतर....

पुन्हा बाबांना फोन केला. बाबांनी फोन उचलला.

"बाबा मी तुम्हाला काही फोटोज् व्हॉट्सऍप केले आहे ते जरा बघून घ्या." मी हसत म्हणालो.

"कसले फोटो?" बाबांनी विचारलं.

"अहो बाबा माझ्या मित्रा बरोबरचे सेल्फी फोटो!" मी हसात म्हणालो.

(बहुतेक बाबांनी व्हॉट्सऍप चेक करून फोटो डाऊनलोड करून बघत म्हणाले) "बाबा रे! सेल्फी काढल्यावर अपलोड करण्यापूर्वी बघायचे तरी होतेस रे!!!" बाबा म्हणाले.

"का हो बाबा हलला का फोटो हलला?" मी विचारलं.

"अरे बाळा! फोटो नाही रे हलला. आता तू हलशील. सेल्फी फोटोत तुझा मित्र दिसत नाही आहे!!!" बाबा म्हणाले.

"काय???? आता...आता... काय करू मी बाबा?" मी चादरीला कपाळावरचा घाम पुसत बाबांना विचारलं.

"ते फोटो काढले आहेत ना ते लगेच फेसबुक आणि इंस्टाग्रामवर अपलोड कर आता." बाबा शांतपणे म्हणाले.

काही वेळाने...

(पुन्हा बाबांना फोन करून) "बाबा तुम्हाला पण मी ट्याग केलं आहे चेक करा. फेसबुक आणि इंस्टाग्रामवर फोटो अपलोड केले आहेत त्यांना लाईक मारा." मी अभिमानाने म्हणालो.

"अरे मूर्ख माणसा! तुला इन्स्टाग्राम मध्ये जाऊन चोपेन आता!!!! पळ तेथून पळ!!!" बाबा ओरडले.

मी तेथून पळणार तेवढ्यात...

माझ्या त्या मित्राची अंगातली सगळी हाडे कडाकड वाजायला लागली....

त्याचे दोन्ही हात गळून पडले...

मुंडकं ही गळून खाली पडलं...

गळून पडलेल्या एका हाताने माझ्याकडे धाव घेतली. त्या हाताच्या पंज्याच्या बोटांनी धावत येऊन माझ्या अंगावर झेप घेतली नी माझ्या बकोटीला पकडले. मी बायकोला हाका मारू लागलो. पण ती कुंभ करणाची बहिण! उठलीच नाही. त्याचा हात मला फरफटत घेऊन जाऊ लागला. दुसऱ्या गळून पडलेल्या हाताने त्याचं मुंडकं उचलून धरलं.

मी "बाबा!!! बाबा!!!" करून ओरडत होतो. ती पांढरी म्हैस पण घरा बाहेर उभी होती. त्याचं धड त्या म्हशीवर अगोदर जाऊन बसलं होतं. जबरदस्तीने त्या हाताने मला त्या म्हशीवर बसवलं आणि ते गळून पडलेले हात पुन्हा जाऊन त्या मित्राच्या धडाला चिकटले. पण ते मुंडकं त्याने त्याच्या स्वतःच्या हातातच धरून ठेवलं होतं. आता आम्ही त्या भुताच्या वाडीच्या दिशेने म्हशीवरून जाऊ लागलो...

जाता जाता रस्त्यात....

नाम्या त्याच बस स्टॉपवर बसून होता. दोन्ही हात पाठी हातात हात घेऊन आमच्या दिशेने पाठी पाठी धावू लागला.

थोडं पुढे गेल्यावर....

माझी बायको हातात बॅगा घेऊन माझ्यापाठी धावत,"अहो! थांबा!!!" करत धावत होती.

आता माझ्या त्या मित्राचं मुंडकं गाणं गुणगुणू लागलं,"चल चल ओ मेरे साथी ओ मेरे हाथी..."

नाम्या पुटपुटला,"आई ई ई ई शप्पत!!!!!!!! *असंगाशी संग आणि प्राणाशी गाठ!*"

6

गावाकडचं दडलेलं रहस्य

कड्याक्याची थंडी पडली होती. अश्या थंडीच्या दिवसांत नाशिक मधील तळेगाव अंजनेरी लगत असलेल्या जातेगाव ह्या छोट्याश्या गावातील सरपंच तुकाराम गायतोंडे पहाटे पहाटे धुक्यातून वाट काढत फेरफटका मारण्यास बाहेर पडले होते. चालता चालता वाटेत काही गावकरी मंडळी शेकोटीवर तळहातांवर न समावता येणारी ऊब हातावरून चेहऱ्यावर नी चेहऱ्यावरून अंगात सामावण्याचा प्रयत्न करत होते. जेणेकरून हुडहुडणारं अंग शेकवता येईल. त्यांच्यात सरपंचसाहेब सुध्दा सामील झाले. शेकोटीच्या आगीत जळणाऱ्या लाकडांच्या "कडाकड" आवाजाबरोबर गावकऱ्यांची "राम-राम" पासून जी गप्पांची सूरवात झाली. मग इकडक्या तिकडल्या गोष्टी शेकोटीच्या उडणाऱ्या ठिणग्यानप्रमाणे निघत गेल्या. त्या गप्पांत सरपंचसाहेबांना गावात काल रात्री घडलेली अशी एक विचित्र गोष्ट कळाली की, सरपंचसाहेब लगेच तातडीनं पुन्हा माघारी फिरून त्यांच्या बंगल्यावर जाऊन कुठेतरी जायच्या तयारीला लागले.

गावच्या सदाशिव पाटलांच्या राहत्या घरात घडलेली घटना दुसऱ्या दिवशी सकाळी उघडकीस आली नी सगळी गावची मंडळी सदाशिव पाटलांच्या अंगणात जमा झाली. सगळ्या गावकऱ्यांच्या चेहऱ्यावर भितीचा एक भाव दिसत होता.

थंडीच्या दिवसांत रात्री अचानक तुरळक पाऊस पडल्यामुळे सगळीकडे ओलावा, आकाशात ढगाळपणा नी हवेत आद्रता होती. तर थंडी अजुनच गारठायला लागली होती. सदाशिव पाटलांची बायको सुनंदा एकसारखी गळा काढून रडत होती. तिच्या आजूबाजूला बसलेल्या बायका तिला समजावत होत्या. तर सदाशिवची आई तोंडावर पदर धरून तिच्या सुरात सुर मिळवून रडत होती. घरात अन्नाचा एक कण बी आज शिजला नव्हता. कारण आज सकाळपास्न चूल फुंकायला कुणाला पण वेळ नव्हता.

सकाळच्या १०-११ च्या सुमारास गावचे सरपंच सुध्दा सदाशिव पाटलांच्या दारात हजर झाले. गावकऱ्यांची मधमाश्यांच्या भुणभुण्याप्रमाणे भासणारी कुजबुज सरपंचांच्या येण्यानं एकाएकी शांत झाली आणि घरात कुणीतरी वारल्याची जागरूकता सर्वांत जागृत झाली.

सरपंच दारातून घरात शिरले. जसे सरपंच घरात शिरले तश्या घरातल्या बायका अजुनच गळा काढून रडू लागल्या. तर सदाशिवचा मुलगा नी भाऊ सरपंचाच्या पाया पडून मग हात जोडून रडू लागले.

"बघा न आता कसं झालं हे! काही समजत नाही आम्हास्नी!" सदाशिवचा भाऊ म्हणाला.

"घरात कोण कोण होतं?" सरपंचांनी विचारलं.

"आम्ही समदे होतो!" सदाशिवचा भाऊ म्हणाला.

"आम्ही समदी जणं रातच्याला जेवणानंतर चांगल्या गप्पा मारल्या आनि झोपाया गेलो. तोपर्यंत लय हसत खेलत होते बाबा." सदाशिवचा मुलगा म्हणाला.

सदाशिवची आई रडत रडत त्या रडण्याच्या सुरात काय सांगत होती ते काहीच कळत नव्हतं. पण सोमनाथच्या बायकोनं म्हणजे सुनंदाने सरपंचांना सागितले की त्यांची गाय काल रात्री पासून एकसारखी हंबरडत होती. जेव्हा पहाटे सर्वजण उठली तेव्हा सदाशिव झोपूनच होता. त्यानंतर सदाशिव उठत नाही म्हणून सर्वांनी येऊन त्याला उठवण्याचा प्रयत्न केला पण सदाशिव काही उठला नाही.

सदाशिव पाटलाच्या घरात त्याची बायको रमाबाई, मुलगा समाधान, भाऊ सोमनाथ, त्याची बायको सुनंदा, त्याची आई यमुना असं एकत्र कुटुंब राहत होतं. सरपंच काहीवेळाने उठले नी सदाशिवच्या पायाला दोन बोटे टेकवून पाया पडल्या आणि तेथून निघून घरातून बाहेर आले. बाहेर येताच सगळे गावकरी हात जोडून नी चेहऱ्यावर खिन्न मुद्रा घेऊन सरपंच साहेबांच्या भोवती जमा झाले. त्यांना हात जोडून प्रणाम करून सरपंच म्हणाले, "धीर धरा! आम्ही मदत करू, उद्या एक बैठक ठेऊ आणि पोलीस ठाण्यात कळवलं आहे तेव्हा पोलीस येऊन तपासणी करतीलच! काही काळजी करायची गरज नाही आहे. सगळ्यांनीच सबुरीनं घ्या! जी होईल ती मदत पाटील परिवाराला आपण सगळ्यांनीच करूया." असं म्हणून सरपंच साहेब त्यांच्या पांढऱ्या गाडीमध्ये जाऊन बसले. सगळी लोकं हात जोडून उभीच होती. सदाशिवचा भाऊ नी मुलगा त्यांना गाडीपर्यंत सोडण्यास आलेले. तेव्हा गर्दीतून वाट काढत एक गावचा येडा गावकरी सरपंचाच्या गाडीपाशी आला नी जोरजोरात ओरडून म्हणाला, "थांब!" (सगळे त्या येड्याकडे पाहू लागले.) विचित्र तोंड, कपड्यांची दयनीय अवस्था, कधी केव्हा अंघोळ केली असेल असा अवतार त्याचा होता. अगदी गाडीच्या खिडकीपाशी आला नी सरपंचांना ओरडून नी हकल्या आवाजात म्हणाला, "तु... तु.... तुला... मा... मा...

माहीत हायका ह्यो कसा वा... वा... वारला?

सदाशिवचा भाऊ आणि त्याच्या मुलाने त्या येड्याला त्याच्या दोन्ही दंडाला धरून त्याला मागे घेचू लागले. सरपंचांनी हाताच्या इशाऱ्यानं "सोडा!" असं सांगितलं.

"सांग आता? काय झालं नेमकं?" सरपंचांनी विचारलं.

"ह्याला ति... ति... तिनं मारलं...!" तो येडा म्हणाला.

"कोणी?" सरपंचांनी पुन्हा विचारलं.

"चां....चां.... चांडाळणीनं!!! ती... ती... परत आली हाय...! ती आता गप्प न... न... नाय बसणार हाय...! तू बी... न.... न... नाय वाचणार!!!" सदाशिवचा भाऊ आणि त्याचा मुलगा त्या येड्याच्या तोंडावर हात धरून त्याला मागे खेचून त्याला गप्प करू लागेल. तर सरपंचांनी गाडीची काच लावून घेतली नी ड्रायव्हरला, "चल! जाऊ दे!" म्हणून गाडी तेथून बाहेर काढायला सांगितली.

सरपंचांनी गाडी तर सदाशिवच्या घरापासून दूर नेली पण अजूनही त्या येड्याचं बोलणं सरपंचांच्या कानात घुमत होतं. घरी गेल्यावर सरपंचांनं ग्लासभर पाणी प्यायलं आणि त्या येड्याच्या बोलण्याचाच विचार करू लागले.

"अहो तुम्ही एका येड्याच्या बोलण्याचा काय इतका विचार का करत आहात? कावळ्याच्या शापानं गाय मरत नाही." सरपंचांची बायको सरपंचांना म्हणाली.

"पण त्या येड्याच्या बोलण्यात मला काहीतरी तथ्य जाणवत होतं." सरपंच म्हणाले.

दोन दिवसांनंतर...

सदाशिवच्या घरातल्या अजून एकाचा मृत्यु अचानक झोपेत मरण पावल्यानं झाला. आता कुठे सगळं सुरळीत होईल असं वाटत होतं आणि सरपंचांची शमलेली धाकधुक पुन्हा वाढू लागली. आता सदाशिवचा मुलगा समाधान वारला. मृत्यचं कारण अद्यपि कळलं नाही पण ह्यो पण सदाशिवप्रमाणे झोपेतच गेला. सरपंचाच्या अंगात पुन्हा त्या कै. सदाशिव पाटलाच्या घराकडं जाण्याचं जरा बी धाडस होत नव्हतं. तरी पण कसंबसं पायात त्राण आणून सरपंच ह्या जबाबदारी खातर खुर्चीतून उठले आणि तयार होऊन गाडीत जाऊन बसले. गाडीत बसल्यावर नेहमीचा त्यांचा धोंडू ड्रायव्हर न दिसल्याने त्या नवीन ड्रायव्हरला म्हणाले.

"अरे! तू कोण रे?"

"साहेब मी गण्या. धोंडूचा भाऊ! आज धोंडू आजारी व्हता म्हणून त्यांनी मला पाठवलं."

पुन्हा दोन तासात स्वारी पाटलांच्या घरी!

कै. सदाशिव पाटलाच्या घरात...

घरात सदाशिवची बायको म्हणजे रमाबाई (वारलेल्या मुलाची आई) गळा काढून ओक्साबोक्सी रडत होत्या. तर मागच्याप्रमाणे सदाशिवची आई यमुना ह्याही वेळी रडत रडत त्या रडण्याच्या सुरात काहीतरी सांगत होती ते ह्याही वेळी काहीच कळत नव्हतं. तेव्हा सोमनाथच्या बायकोने म्हणजे सुनंदाने सरपंचांना सांगितलं की, "सदाशिवांचा मुलगा बी सदाशिवांसारखा झोपेतच गेला." (ती हुंदके देत, तोंड पदरात लपवून रडू लागली)

"मला हे झोपेत जाण्याचा प्रकार काही समजत नाही बुवा!" एक म्हातारा हातातल्या काठीवर तबला वाजवल्यासारखं करून बिना कवळीचं काहीतरी बोलून शांतता भंग करायची म्हणून म्हणाला.

"होय होय!!! हा लई बेकार प्रकार आहे बाबा!" त्या म्हाताऱ्याच्या बाजूला बसलेला एकजण म्हणाला.

"हो मला पन तेच वाटतंय की यकाच घरात आनि दोन दिवसानंतर... तुम्हास्नी काय वाटतंय सरपंच साहेब?" आता मगापासून गप्प बसलेले सरपंचसाहेब ह्यांना बघवलं गेलं नाही म्हणून त्यांना बोलतं करण्यासाठी काहीतरी उगाच विचारलं.

"मला तर काही समजत नाही आहे. मागे सदाशिवच्या वेळेस पोलीसांनी तपास केला आणि सदाशिव झोपेतच वारल्याची लेखी स्वरूपात नोंद पोलीसांनी करून घेतली. पण..." इतकं म्हणून सरपंचसाहेब उठले आणि लांबूनच हात जोडून ते त्यांच्या गाडीमधे जाऊन बसले. सरपंचांच्या तोंडावर वाजलेले बरा सरळ सरळ सगळ्यांना दिसत होते पण का ते उमगत नव्हतं. त्यांची गाडी त्यांचा ड्रायव्हर सुरू करणार तेवढ्यात तो मागच्या वेळचा येडा गाडी समोर आला. हातातली काठी गाडीवर मारून ओरडू लागला, "तू आता गे....गे...गेलास.... तू...तू...आता न...न...नाय वाचणार...." गावकऱ्यांनी त्याला धरून मागं घेतलं नी सरपंचाची गाडी पुढे जाऊ लागली. तरी तो येडा अजुन ओरडतच होता, "पळून कुठं जातो...तू...तू आज न...न...नाय वाचणार... सरपंचा!!!"

सरपंचांना दरदरून घाम फुटला होता. खिशातल्या रुमालाने टिपत सरपंच कुणाला तरी फोन लावून स्वतःची वाढलेली धडधड कमी करण्याचा प्रयत्न करू लागले.

"गण्या! गाडी तलाठी कार्यालयाच्या दिशेनं घे!" सरपंच गण्याला म्हणाले.

"पण साहेब! तलाठी कार्यालयाचं आफिस एव्हाना बंद बी झालं असेल?!" गण्या गाडीच्या समोरच्या आरशातून सरपंच साहेबांना पाहत म्हणाला.

"मला तलाठी कार्यालयात नाही जायचं आहे रे!" सरपंच म्हणाले.

"तर मग??" गण्या पुन्हा आरशात पाहून विचारू लागला.

"माझा एक वाडा आहे तलाठी कार्यालयाच्या बाजूला तेथे जायचं हाय." सरपंच म्हणाले.

गाडी तलाठी कार्यालयाच्या बाजूला असलेल्या सरपंचाच्या जुन्या वाड्यात शिरली....

वाड्यातला देखरेखी करता ठेवलेला गडी बागेतली कामं हातातून सोडून, हात धोत्राला पुसून, हात जोडत गाडीपाशी आला. गण्यानं गाडीचं दार उघडलं नी सरपंच बाहेर आले.

"सगळं ठीक आहे ना दामू??" दामूला (वाड्यात देखरेखी करता नेमलेला गडी) सरपंचांनी विचारलं.

"हो... हो... साहेब! समद ठीक हाय." दामू हात जोडून म्हणाला.

"एक काम कर! आज मी येथेच झोपणार आहे. माझ्या जेवणाची व्यवस्था कर आणि पिण्याचीही!" सरपंच दामुला म्हणाले. गण्या तेथेच बाजूला उभा राहून खिशातली चुन्याची पांढरी ट्यूब काढून तळ हाताला लावू लागला.

"साहेब आज मला गावी जायचं होतं. माफ करा! गावी आईची तब्येत बरी नाय म्हणून मगाशी मला फोन आला हुता तसा! तवा आज

रातच्याला दिडची कोकण एक्सप्रेस पकडुन गावाला जाईन." दामू डोळे पाणावलेले करून हात जोडून सांगू लागला. गण्यानं आता दुसऱ्या खिशातली तंबाखूची पिशवी काढली नी तंबाखू तळ हातात घेऊन हाताच्या अंगठ्याने चोळू लागला.

"अच्छा! मग जाऊन ये गावी तू." सरपंच त्याच्या खांद्यावर हात ठेवून म्हणाले.

"पण मग तुमच्या जेवणाचं?" दामूनं विचारलं.

"हा गण्या हाय की!(गण्याकडे पाहून) हा आज थांबेल आणि हाच करील माझ्या जेवणाचा आणि पिण्याचा बंदोबस्त! काय रे गण्या?" गण्याकडे एक हात पुढे सरकावून (चोळलेला तंबाखू गण्याकडे मागत) सरपंच म्हणाले. गाण्यांनं सरपंचांच्या हातात तंबाखू दिला. सरपंचांनी चिमूटभर उचलून त्यांच्या जिभेला एका बाजूस सरकवून तोंडातल्या एका विशिष्ट जागेत ठेवून दिला.

"हो.. हो..साहेब!" म्हणत गण्या जेवणाची नी दारूची व्यवस्था करायला गाडी घेऊन गावात गेला.

मध्यरात्रीच्या सुमारास....

रात्र फार झालेली. रातकिड्यांची किरकिर तेवढीच काय ती ऐकू येत होती. वाड्याच्या एका खोलीत सरपंच त्यांच्या लाकडी खाटेवर अर्ध झोपून होते. एका हातात अर्धा भरलेला दारूचा ग्लास होता. समोर गण्या खुर्चीत बसून साहेबांबरोबर प्यायला बसलेला. दोघांच्याही दोन क्वॉर्टर मारून झालेल्या नी एव्हाना चढलेलीही खूप होती.

"माय डियर मिस्टर गण्या... आय वॉन्ट दारू प्लिज!" सरपंच नशेत गण्याला म्हणत होते.

"साहेब! रात्र फार झालीय तवा दारू बी बस करा." गण्या त्याच्या पेंगणाऱ्या लाल डोळ्यांना उघडण्याचा प्रयत्न करत नशेत सरपंचांना सांगू लागला.

"माय डियर मिस्टर गण्या!!! बस का???.... आता तर प्यायला सू... सू... सुरू... सुरूवात झाली हाय. मला अजुन एक खंबा तरी पाहिजेच! आत्ताच्या आत्ता तू माझ्या बंगल्यावर जा नी फ्रिज मधे दोन-तीन दारूच्या बाटल्या पडलेल्या असतील त्या घेऊन ये..." सरपंच म्हणाले.

"पण...साहेब!!!" गण्या म्हणाला.

"गण्या!!! गो... म्हणजे गो...! जा आणि घेऊन ये नाहीतर धोंडूची नोकरी गेली म्हणून समज!" सरपंचांनी आता धोंडूच्या नोकरी जाण्याची बात केल्यावर गण्या तेथून उठला आणि गाडी घेऊन सरपंचाच्या बंगल्याच्या दिशेने भरधाव वेगाने गाडी घेऊन जाऊ लागला. आकाशात पसरलेल्या रात्रीच्या चांदण्याच्या लुकलुकण्यानं आकाश भरून गेलेलं होतं. त्यात गावची थंडी इतकी झोंबत होती की भरधाव गाडीत गण्या पूर्णपणे थरथरत होता. गाडीच्या हेड लाईटवर येणारी उडती किडं-पाखरं गाडीच्या वेगा पुढे गाडीच्या काचेवर आदळत होते. गण्यानं मुद्दाम शेतातला रस्ता धरून चालला होता. जेणेकरून लवकर बंगल्यावर जाऊन दारूच्या बाटल्या साहेबांना सोपवून आता त्याला त्याच्या घरी जायची गरज त्याला वाटत होती. सरपंच साहेबांच्या वाड्यापासून ते सरपंचाच्या बंगल्या पर्यंतचं अंतर अर्ध्या तासाचं. पण शेतातून गेलो तर १५ मिनिटांत पोहचतो. म्हणून गण्या शेतातल्या दुतर्फा मक्याच्या खांद्यापर्यंत वाढलेल्या शेतातल्या वाटे मधून अंतर कापत होता. शेवटी एकदाचं त्यानी सरपंचांचा बंगला गाठला. बाहेरूनच दिसत होतं की बंगल्यातल्या लाईटस् चालू होत्या. शिवाय गेट देखिल उघडा होता. गण्या बांगल्यापाशी गेला आणि अचंभित झाला. कारण बंगल्याचं दार सुध्दा उघडं होतं. गण्यानं बाहेरूनच दोनदा तीनदा आवाज दिला, "आहे

का कुणी?" पण त्याला काही प्रतिउत्तर मिळालं नाही. म्हणून गण्या आत शिरला. साधारण सकाळचे ४ वाजलेले असतील. आतमधल्या खोलीत लोकं जमिनीवर. मांडी घालुन बसून होती. सरपंच साहेबांच्या पत्नी ताईसाहेब समईत तेल टाकत होत्या. तर त्या खिन्न मुद्रेत जमिनीवर समईपाशी बसून होत्या. घरात एक पवित्र असा धुपाच्या धुराचा मंद वास दरवळला होता. गण्याला दारूच्या बाटल्या घेऊन त्या साहेबांना देऊन मग त्याला त्याच्या गावात स्वतःच्या घरी जाण्याची घाई होतीच. म्हणून तो ताईसाहेबांना पाहून लगबगीनं धावत त्यांच्यापाशी जाऊन म्हणाला, "ताईसाहेब! पटकन मला दोन-तीन दारूच्या बाटल्या द्या...पटकन! अर्जंट आहे!"

ताईसाहेबांनी त्याच्याकडं खिन्न नजरेनं पाहिलं आणि तश्याच पाहत राहिल्या. ताईसाहेबांना नीट ऐकू नसेल गेलं म्हणून गण्या पुन्हा जरा मोठ्या आवाजात म्हणाला, "ताईसाहेब! पटकन दारूच्या बॉटल... दारूची बॉटल... गिव्ह मी खंबा... खंबा!!!"

ताईसाहेबांनी गण्याच्या 'खाडकन!' एक कानशिलात लगावली. त्यामुळे तो बसल्या जागीच अर्ध गोल फिरला. तर एक हात गालावर ठेवून विचार करू लागला की मी असं काय बोललो की ह्यांनी मला कानशिलात लगावली. आता समोर बसलेली मंडळी सुध्दा त्याच्या भोवती जमा झाली आणि त्याला पकडुन बाहेर घेऊन जाऊ लागले. "अहो ताईसाहेब! मला नाही साहेबांना पाहिजे!" गण्याला गावकरी उलटा घेचत नेऊन जात असताना तो ताईसाहेबांना म्हणाला.

ताईसाहेब आता त्याला ओरडल्या, "कोण साहेब???!!!"

"अहो! आपले साहेब! सरपंचसाहेब!!!" गण्याला वाटलं की ताईसाहेबांचा गैरसमज झाला असल्यामुळे कदाचित त्यांना राग आला असेल. म्हणून आता गण्या जरा हसत म्हणाला.

एक गावकरी समोर आला आणि त्यांनी गण्याच्या दुसऱ्या गालावर 'खाडकन!' एक अजुन कानशिलात लगावली. गण्या दुसऱ्या बाजूने अर्ध गोल फिरला. तर दुसरा गाल पकडुन अचंभित होऊन पाहू लागला की आता ह्याला काय झालं? एक वेळेस गण्याला असं वाटलं की, 'तो नशेत दुसऱ्याच कुणाच्या तरी घरात तर नाही न शिरला आहे?' पण गण्या ताईसाहेबांना ओळखत असल्यामुळे त्याची ती शंका जास्त वेळ राहिली नाही. आता ताईसाहेब समोर आल्या आणि गण्याच्या बकोटीला पकडलं आणि समोर बोट दाखवून म्हणाल्या, "हे बघ! मग हे कोण आहेत???"

आता गण्याच्या पायाखालची जमीन सरकली... सगळी चढलेली दारू 'झपकन!' उतरली... नी तोंडचं पाणी पळालं. समोर 'सरपंच साहेब!!!' ते बी पांढऱ्या कपड्यावर आडवे झालेले, अंगावर पांढरा कपडा, आणि मगापसून लक्ष न गेलेल्या सरपंच साहेबांच्या फोटोला घातलेल्या हाराकडे पाहून गण्या पूर्णपणे हादरला.

गण्यानं लगेच मोबाईल वरून सरपंच साहेबांना फोन लावला. फोनची रिंगटोन वाजू लागली. फोन उचलला.

"हॅलो!" आवाज एका बाईचा होता.

"कोण बोलतय? सरपंच साहेबांचा नंबर आहे ना हा?" गण्या गोंधळून विचारू लागला.

"हो हो!" त्या बाई म्हणाल्या.

"मी गण्या बोलतोय! त्यांना द्या फोन." गण्या खुश होऊन म्हणाला.

"गण्या मी ताईसाहेब! समोर उभा आहेस माझ्या आणि साहेबांच्या फोनवर फोन लावतोय व्हय? तुला समजत नाही आहे की दिसत नाही आहे??? (आता ताईसाहेब गण्यावर खवळ्याच) समोर ह्यांचा मृतदेह

आहे. समदी जणं बसली आहेत आणि...तू हे असे उद्योग करतो हाय???"

गण्या तेथून पळालाच...

गण्याला समजत नव्हतं की नक्की काय चाललं आहे. कारण आता १५-२० मिनिटांपूर्वी वाड्यावर साहेब नशेत होते. तर आता येथे त्यांच्या बंगल्यात ते कसे आणि कधी पोहचले??? ते सुध्दा मृत अवस्थेत???

अश्या विचारांत असताना गण्या पुन्हा वाड्यावर गेला. त्याला पहायचं होतं की सरपंच साहेब खरच त्यांच्या बंगल्यावर पोहचून मृत्युमुखी पडले आहेत की काहीतरी भलतीच भानगड आहे. गण्या एव्हाना वाड्याच्या गेट पाशी पोहचला. गण्या गाडीतून उतरला आणि समोरून दामू त्याच्या खांद्यावरच्या टॉवेलला हात पुसत चालत गण्यापाशी आला.

"दामू तू येथे? तू तर गावाला जाणार होतास ना?" गण्या धक्का लागल्याप्रमाणे दामूकडे बघत म्हणाला.

"हो... म्या... जाणार हुतो...पण...पण... माझी ट्रेन सुटली...तवा आता उद्याच्या ट्रेननं जाईन..." दामू म्हणाला.

गण्याला दामुच्या बोलण्यावर जराही विश्वास बसत नव्हता.

"मला वर जायचं आहे. साहेब आहेत का?" गण्या म्हणाला.

"ते नाही राहिले आता... म्हणजे मी ऐकलं की ते आज सकाळीच वारले. आपल्याला समजलं नाही का ते वारल्याचं?" दामू म्हणाला.

(गण्या स्वतःच्या डोक्यावर हात ठेवून) "मला कळलं ते वारल्याचं...

दामू तू मला खोलीची चावी दे! मला तरी पहायचं आहे...(दामू जरा चक्रावूनच गण्याकडं पाहत होता) असं समज की साहेब वारल्याचं मला लई मोठा धक्का बसला आहे. तेव्हा मला असं वाटत आहे की मी रात्री पाहिलेले साहेब कुठेतरी ह्या वाड्यावर असावेत म्हणून चावी दे!" गण्या म्हणाला.

दामूने चावी गण्याला दिली. गण्यानं वाड्यातल्या सगळ्या खोल्या पूर्णपणे पालथ्या घातल्या नी साहेब सापडता आहेत का ते पाहिलं. पण सरपंच साहेब काही सापडले नाही. गण्या पुन्हा जाऊन गाडीत बसला नी स्वतःच्या घराच्या दिशेने साहेबांची गाडी घेऊन निघाला. गण्या संपूर्ण रात्र झोपलेला नव्हता. तर सरपंच साहेब असे अचानक गेले हे त्यांना आता जणू स्वप्न आहे की काय असं वाटू लागलं होतं. गण्यानं आता शेतातली वाट धरली. सकाळचं बऱ्यापैकी उजाडलं होतं. तर रस्त्यात धुकं सुध्दा पडलं होतं. पण दुर्दैवानं गण्यावर एक संकट ओढवलच! धुक्यातून समोरून आलेली म्हैस गण्याला लांबून दिसली नाही. त्यामुळे अचानक समोर आलेल्या म्हशींला भरधाव गाडीपासून वाचवण्यासाठी गण्यानं गाडीचं स्ट्यरींग जोरात फिरवलं नी ब्रेक सुध्दा लावला. पण गाडी ओबडधोबड रस्त्यामुळे समोरच्या मोठ्या दगडाला जाऊन धडकली नी गण्या बेशुद्ध पडला. शेताच्या मधोमध गाडीचा अपघात झाला होता.

गण्याने डोळे उघडले...

फार अंधार होता. आपण कुठं आहोत ह्याचा त्याला पत्ता नव्हता. समोर काही लोकं बसलेली होती नी ती गप्पा मारत आहेत एवढं जाणवलं. गण्याला आता हळुहळू आठवू लागलं की आपला अपघात आज शेतात झालेला. त्यानंतर काय झालं ते मात्र आठवत नव्हतं. गण्यानं ताडकन डोळे उघडले. आपण तर एका अंधाऱ्या अडगळीच्या खोलीत खाटेवर झोपून असल्याचं त्याला जाणवलं. पण ह्याच खोलीत असलेल्या वस्तूंना बाजूला करून मधोमध काही लोकं गप्पा हाकत असल्याचं

गण्याच्या कानांना जाणवलं. म्हणून एक हात मुरगळलेल्या पायावर धरून उठून तेथे जाण्याची धडपड केली. हळूहळू सरकत जाऊन पाहिलं तर एका मेणबत्तीच्या प्रकशात पाठमोरी बसलेली लोकं पत्ते खेळत होती. गण्या अजुन जवळ गेला आणि एकाच्या खांद्यावर हात ठेवला. तो माणूस मागे वळला. तर...

तर...

गण्या अवाक् होऊन पाहू लागला...

काय बोलावं आणि काय करावं तेच सुचेनासं झालं...

जणू गण्याच्या डोक्याचं दही झालं होतं...

गण्या जोरात ओरडला....

"साहेब!!!! आपण??? येथे???" गण्या डोळ्यात आलेलं पाणी पुसत म्हणाला.

सरपंच साहेब गण्याला पाहून हसले आणि हातात धरलेल्या पत्यांपैकी एक पत्ता खाली टाकत म्हणाले, "बदामचा गुलाम! गण्या ये बस! तुला मेंढीकोट येतो का खेळता?"
गण्या रात्रीपासून स्वतःच एका मेंढरावानी पळत होता. तर सरपंच साहेबांच्या सोबत खेळणारी दुसरी दोघं पाहून त्याला आता केवळ चक्कर येऊन पडायची वेळ आली होती. कारण सरपंच साहेबांच्या सोबत पत्ते खेळणारी दुसरी दोघं म्हणजे सदाशिव पाटील आणि त्यांचा मुलगा समाधान.

"ये माझी तिर्री दे तिर्री." सदाशिव पाटील समाधानला खेळता खेळता म्हणाले.

"नाय बाबा ऐसा परत नाय उचलायचा... यकदा टाकला पत्ता की टाकला...मग तुम्ही कशापायी खाली टाकली तुमची तिर्री?? आता बोंबला! हा घ्या व्हिस्पिकचा एक्का... आणि हा घ्या तुमचा छब्बू!!!" समाधान आनंदानं ओरडत म्हणाला.

गण्याला चक्कर आलीच!

गण्या जमिनीवर पडला. पण त्याला शुद्ध होती म्हणून गरगरणाऱ्या नजरेने अंधुकपणे वर पाहिलं. गण्याच्या भोवती तिघंही उभे राहून गण्याला पाहत होते. गण्याला कसंबसं जागेवर बसवलं. गण्याला एकवेळ असं वाटू लागलं होतं की तो वैकुठवासी होवून स्वर्गात पोहचलो.

"गण्या आम्ही जिवंत आहोत." सदाशिव पाटील म्हणाला.

"अहो पण असं कसं काय? तुम्ही तर वारले होतात ना?"

"आम्ही वर नाही जमिनी खाली गेलो आहोत... पाताळात आणि तू बी तेथेच उभा आहेस." पत्ते पिसत समाधान म्हणाला.

गण्या पायाखालची जमीन इकडे-तिकडे बघत म्हणाला, "पण ... पण... कसं शक्य आहे? मी स्वतः तुमची अंत्ययात्रा पाहिली आहे नी तुम्हाला जळतानाही!!!"

"गण्या तुझ्या मायला! मग आम्ही भुतं आहोत असं समज!!!" सरपंच साहेब रागात गण्याला म्हणाले.

"तसं नाही साहेब! पण हा काय प्रकार आहे काही कळेल का मला?" गण्या हात जोडून साहेबांना विचारू लागला.

"ते आम्हाला माहीत असतं तर इथं बसून पत्ते खेळत बसलो असतो का?? घरला नाही गेलो असतो?" समाधान गण्याला म्हणाला.

"तेच तर मला कळत नाही आहे की का बसले आहात येथे पत्ते खेळत? चला घरी चला!" गण्या कळवळून त्यांना म्हणाला.

"गण्या! येथे ये गपचुप नी पत्ते खेळ आमच्या संग!" सरपंच साहेब गण्याला म्हणाले.

"नाही! मी नाही खेळणार पत्ते-वत्ते मी चाललो घरी." असं म्हणून गण्या घराबाहेर जाण्याचा दरवाजा शोधू लागला.
बराच प्रयत्न केल्यानंतर गण्याला कळलं की त्या घराला बाहेर जाण्याचा दरवाजाच नाही आहे. गण्या फार हताश झाला आणि त्या सगळ्यांत गपचुप त्यांच्यात येऊन निमूटपणे शांत बसून पत्ते खेळू लागला.

"मग आता जायचं कसं? आपण का आहोत येथे? आपल्याला कुणी मारलं?" गण्या एक पत्ता खाली टाकत म्हणाला.

"तुझ्या तिन्ही प्रश्नांची उत्तरे आमच्याकडे नाही आहेत...!" (एक पत्ता हातातल्या पत्त्यांतून काढत नी तोच पत्ता खाली टाकत) सरपंच साहेब गण्याला म्हणाले.

सदाशिव पाटील गण्याला सांगू लागले, "सर्वात आधी म्या येथे आलो, मग माझा पोरगा. त्यानंतर आपले सरपंच साहेब!" सरपंच साहेबांच्या पायाला हात लावून आशिर्वाद घेत सदाशिव पुन्हा पत्ते खेळू लागला. ज्या खोलीत हि सर्वजणं बंदिस्त होती ती जागा काळोखी होती. पण त्यात अंगठ्या इतकी उरलेली मेणबत्ती लावून हे सर्व पत्ते खेळत होते.

"आपल्याकडं हि मेणबत्ती हाय तोपर्यंत आपल्याला दिसेल. नंतर मिट्ट काळोख पसरेल. मग काही आपलं खरं नाय." सरपंच साहेब एक पत्ता

खाली टाकत म्हणाले.

"आपल्याकडं आपले मोबाईल बी नाई हायेत! कुणी घेतले आपले मोबाईल कुणास ठाव!" समाधान साहेबांनी टाकलेला पत्ता स्वतःच्या पत्यांत रोवण्याचा प्रयत्न करत म्हणाला.

"आमच्या पोटात अन्नाचा एक दाणा बी नाय हाय!" समाधान पोटाला आवळून म्हणाला.

"म्या काय म्हनतो की सदाशिव पाटलांना आणि समाधानला समद्यांना चितेवर जाळलं बरोबर? आपण एकमेकांची चिता पाहिली देखील. पण तरी देखील आपण मेलो नाही. तर आपण जिवंत आहोत. पण मला अशी शंका येते की असं पण होऊ शकते की आपण चितेवर गेलोच नसू आणि त्यामुळे आपण जिवंत असू?" गण्या म्हणाला.

"येडा की खुळा तू? म्या स्वतः आलेलो ह्या दोघांच्या अंत यात्रेत." सरपंच साहेब गण्याला म्हणाले.

"पण साहेब जेव्हा सदाशिवच्या वेळेस जो भटजी आला होता तोच भटजी समाधानला ज्या चीतेवर ठेवलं तेव्हा समाधानच्या वेळेसही आला होता. शिवाय भटजींनी अग्नी द्यायच्या वेळी प्रथेचा भाग म्हणून आपणा सर्वांना बाजूच्या पिंपळाच्या झाडापाशी घेऊन गेला होता. तेव्हा चीते जवळ कुणी बी नव्हतं." गण्या सरपंच साहेबांना त्यांनी न्याहाळलेलं एक गूढ त्यांना सांगत म्हणाला.

"गण्या पण अरे! त्यो दिगंबर वैद्य??? तो समाधानची नाडी पाहून समाधान वारल्याची घोषणा केली होती." सदाशिव गण्याला म्हणाला.

"समाधान! सदाशिवच्या वेळेस कुणी नाडी तपासली रे?!" गण्यानं समाधानला मुद्दाम विचारलं.

"दिगंबर वैद्य!" समाधान म्हणाला. ... आणि सगळे एकमेकांची तोंड पाहू लागले. आता एव्हाना मेणबत्ती किंचितशी बाकी होती. गण्या वितळत्या मेणाला हाताने पुन्हा वातीपाशी नेण्याचा निष्फळ प्रयत्न करत होता.

"गण्या तू येण्याआधी आम्ही तिघांनीही येथून बाहेर पडण्याची अक्कल लडवली पण असफल ठरलेलो आहोत. सदाशिवकडे माचिस होती म्हणून येथे अगोदरच पडलेली ह्या मेणबत्तीला ह्यानं दहा वेळा लावून विझवून कशीबशी चालवली आहे. पण गण्या मी कसा काय मेलो? आणि केव्हा? ह्याचं तर मला जरा सुध्दा आठवत नाय! तुला मी माझ्या बंगल्यावर पाठवलं आणि त्यापुढं काय झालं ते काय बी आठवत नाय हाय मला. पण तू कसा काय मेलास आणि येथे आला?" सरपंच साहेब गण्याला म्हणाले.

"माझ्या तर गाडीचा अपघात झाला. पण तुम्ही वाड्यातून बंगल्यात कसे काय पोहचले ह्याचं अजुन न सुटलेलं कोडं आहे." गण्या म्हणाला.

"साहेब काहिच क्षण बाकी आहेत खोलीत मिट्ट अंधार व्हायला. काय करायचं ते सांगा लवकर!" इतका वेळ पत्यांत गर्क असलेला सदाशिव जेव्हा पत्यांत हरला, तेव्हा त्या विजणाऱ्या मेणत्तीला पाहून जाग आल्याप्रमाणे एकदम म्हणाला, "इजतेय तर इजू दे मेणबत्ती... आपण जर काहीच केलं नाही आहे तर नक्कीच आशेचा एक किरण कुठून ना कुठून तरी वाट काढत येईल."

आणि विजता विजता मेणबत्ती विजलीच एकदाची....

मिट्ट काळोख पसरला....

मगापासून एकमेकांना दिसणारी एकमेकांची तोंडं आता दिसेनाशी

झाली. बराच वेळ निघून गेला तरी कुणालाच काही सुचत नव्हतं. अंधारात फक्त मरण समोर आलेलं तेवढं मात्र दिसत होतं. (जरा नजर स्थिरावली आणि खोलीत मंद प्रकाश जाणवू लागला)

अचानक खोलीच्या वरच्या बाजूस उजेड हळूहळू आत येत असल्याचं दिसू लागलं. वरच्या बाजूस एक दार असल्याचं सगळ्यांनाच लक्षात होतं. कारण सर्वजणं त्याच दारातून ह्या बंदिस्त खोलीत खाली पडलेले. आता जास्त प्रखरपणे उजेड आत येऊ लागला. शिवाय ती खोली सुध्दा तापू लागली होती. खोली तापत असल्याचे कळताच सदाशिव म्हणाला, "म्या जेव्हा ह्या खोलीत आलो तेव्हा बी ही खोली अशीच तापलेली होती. तर हा समाधान जेव्हा ह्या वरच्या दारातून आत पडला तेव्हा खोलीत मिट्ट काळोख होता. त्यावेळी असाच उजेड ह्या वरच्या छोट्या दारातून येत होता.

आता बराच वेळ निघून गेला होता. सगळी जणं पोटात अन्नाचा एक कण सुध्दा न गेल्यानं मरणाला टेकली होती. मिट्ट काळोखात आशेचा किरण कुठून येतोय का ते पाहत होती.

आणि...

खोलीतलं वरचं दार उघडलं. प्रचंड उजेड आत आला. एक कुणीतरी व्यक्तीनं वरून आत झेप घेतली. जशी ती व्यक्ती आत आली तसं गण्या उठला आणि त्या व्यक्तीला मागून हाताने घट्ट पकडून जोरात खाली पाडलं. तर त्याच्यावर बसून त्यानं त्या व्यक्तीचं तोंड पाहिलं तर... हा तर तोच येडा जो दोन दिवसांपूर्वी सरपंच साहेबांना भर रस्त्यात त्यांच्या गाडीसमोर उभा राहून ओरडत होता नी त्यांना 'तू बी नाय वाचणार!' म्हणून घाबरवत होता.

"सांग तू आम्हाला इथ का बंद करून ठेवलं हाय???" गण्या त्या येडयाच्या मानेला आवळून त्याला ओरडत म्हणाला.

"सोडा...सोडा...!" करून तो येडा जीवाचा आटापिटा करू लागला.

"सरपंच साहेब! हा बघा आपला गुन्हेगार!" गण्या त्या येड्याच्या कानशिलात लगावून म्हणाला.

सरपंच साहेबांचं प्रतिउत्तर आलं नाही म्हणून गण्यानं पुन्हा हाक मारली, "साहेब!!! कुठे आहात साहेब? सदाशिव?? समाधान???" गण्या आता घाबरलेल्या चेहऱ्यानं इकडं तिकडं खोलीत नी अडगळीत बाकीची जणं कुठे गेली ते शोधू लागला.

पुन्हा त्या येड्याची बकोटी पकडुन त्याच्यावर ओरडला, "काय केलं तू त्यांना? कुठं लपवलं आहे? साहेबांना, सदाशिव आणि समाधानला???"

येडा दोन्ही हातांनी गण्यानं पकडलेली बकोटी सोडवत तो गण्याला म्हणाला, "स...स... सरपंच साहेब केव्हाच गे...गे.. गेले... नी स...स... सदाशिव, समाधान तर त्यांच्या आधी..."

"अरे येड्या तू त्यांना ह्या खोलीत ठेवलं होतं नी आता तू त्यांना परत कुठं लपवलं आहे ते सांग!" गण्या ओरडून विचारू लागला.

"मी...मी...नाही मारलं. ते आधीच गेले आहेत त्यांना परत कु... कु.... कुठे काढतो आहेस तू...! सदाशिव आणि समाधान झोपेत वा... वा... वारले नी सरपंच साहेब कालच त्याच्या रा... रा... राहत्या बंगल्यावर निधन पावले." येडा त्या गण्याला म्हणाला.

"तू येडा तो येडाच राहणार... अरे कालपर्यंत आम्ही येथे...येथे... पत्ते खेळलो." गण्या अजुनच ओरडून सांगू लागला.

"मी ये...ये... येडा नाही! तू झालास आहे ये...ये... येडा!! येथे कुणीच नव्हतं!!! तु भू... भू...भूतां बरोबर खेळला असशील पत्ते! सदाशिव आणि

समाधान केव्हाच वा... वा...वारले आहेत!!!" येडा ओरडून गण्याला म्हणाला.

"सदाशिव आणि समाधान नाही वारले आहेत त्यांना मी बेशुद्ध करून येथे ठेवलं होतं!!!" गण्या म्हणाला.

"हे कसं शक्य आहे???" येडा म्हणाला.

"शक्य झालं. जेव्हा सदाशिव त्या रात्री त्याच्या एकसारख्या हंबरणाऱ्या गायीला पाहण्यास बाहेर आला तेव्हा मीच त्याच्या नाकावर गुंगीचं औषध असलेला कपडा धरला. सकाळी दिगंबर वैद्यला मीच पैसे देऊन सदाशिव मरण पावल्याचे घोषित करायला सांगितलं. जेव्हा त्याला ह्या स्मशानात आणलं तेव्हा मला त्याला अशा जागी बंदिस्त करून ठेवायचं होतं जेथे कुणाचा संशय बी येणार नाही नी समद्या गावासाठी तो मेला असेल. त्यासाठी पारंपरिक विधी करणाऱ्या भटजीची योजना देखील माझीच योजना होती. म्हणूनच अग्नी देण्याच्या आधी त्या भटजींनी सगळ्यांना तेथून काही अंतरावर नेऊन जाऊन काही विधी पूजा केली. तर तितक्या वेळेत मी आदल्या दिवशी माझ्या मोटार सायकलने मरण पावलेल्या एका अज्ञात इसमाच्या मृत शरीराला मी सदाशिव पाटलांच्या जागी झोपवलं. सदाशिवला स्मशान भूमीच्या खाली असलेल्या गुप्त दरवाज्यातून आत ढकलून दिलं. समाधान बरोबर बी तेच करावं लागलं. कारण माझ्या हातातून दुसऱ्या दिवशी अजुन एक अपघात घडला. त्याचं मृत शरीर लपवण्यास मला यश आलं नी समाधानच्या जागी त्या शरीराला झोपवलं तर मी त्याच योजनेने समाधानलाही त्या स्मशानात नेल्यावर त्या गुप्त दरवाज्यातून आत ह्या खोलीत ढकलून दिलं.

"प...प... पण जेव्हा तू सदाशिव नी स...स... समाधानच्या जागी दुसऱ्या मृ...मृ...मृत देहांना झोपवलं तेव्हा लोकांना शं...शं...शंका कशी नाही आली?" येड्यानं गण्याला विचारलं.

"समदी लाकडं मी त्या मृत देहाच्या वर ठेवली होती त्यामुळं कुणालाच त्याचं तोंड दिसत नव्हतं. तर गावकरी काही अंतरावर उभे राहून केवळ अग्नी देणाऱ्याकडेच पाहत होते." गण्या म्हणाला.

"त...त...तर म्हणजे सदाशिव पाटील, समाधान पाटील आणि सरपंच साहेबांना तू...तू... तूच मारलं हायेस!" येडा म्हणाला.

"मी ह्यांना मारलं नाही आहे!!! उगाच माझ्यावर बिल फाडू नकोस!!! माझ्याकडून दोन अपघात झाले आणि ते मृत्युमुखी पडले. पण ह्यांना मी मारलं नाही आहे. मी त्यांना फक्त गुंगीचं औषध देऊन बेशुद्ध केलं आणि बंदिस्त केलं होतं. पण... सरपंच साहेब आता कुठे गेले ते कोडं अजुन मला सुटलेलं नाही आहे!" गण्या ओरडून म्हणाला.

"मी सोडवतो तुझं न सुटलेलं कोडं!" गण्याच्या मागून अडगळीत दबा धरून बसलेले सरपंच साहेब समोर येऊन म्हणाले.

"साहेब तुम्ही? बघ येड्या मी सांगितलं होतं ना साहेब जिवंत आहेत! त्यांना मी मारलंच नव्हतं?" गण्या त्या येड्याला सांगू लागला.

"येड्या नाही! तर सी.बी.आई. इन्स्पेक्टर विद्याधर गोखले! मी आणि साहेब पहिल्या दिवसापासून तुझ्या मागावर होतो." तो येडा म्हणजे उर्फ इन्स्पेक्टर विद्याधर गोखले म्हणाले.

"इन्स्पेक्टर???!!!" गण्याच्या पाया खालची जमीन सरकली नी त्यानं आ वासला.

"सदाशिव पाटील वारले हे मला जेव्हा पहाटे पहाटे शेकोटी जवळ बसलेल्या काही गावकऱ्यांनी मला सांगितलं तेव्हा त्यांनी अशी ही एक माहिती दिली की त्या रात्री माझ्या गाडीच्या ड्रायव्हरचा भाऊ म्हणजे तू रात्री त्यांना सदाशिवच्या घराकडे फिरत असल्याचं दिसून आलं होतं.

म्हणून मी लगबगीनं माझ्या बंगल्यावर गेलो आणि सगळी हकिकत जी गावकऱ्यांनी सांगितली ती मी ह्या सी.बी.आई. इन्स्पेक्टर विद्याधर गोखले ह्यांना सांगितली. त्यांनी वेश बदलून येड्याच्या रुपात सदाशिवच्या घराच्या आसपास दबा धरुन राहिले. सदाशिव जेव्हा वारला म्हणजे तू त्याला जेव्हा कैद केलं तेव्हा इन्स्पेक्टर विद्याधर गोखले मुद्दाम येड्याच्या सोंगात आले आणि मला ओरडण्याचं नाटक करू लागले. जेणेकरून लोकांच्या मनात सदाशिवला कुणीतरी मारलं आहे ह्याची शंका सगळ्यांत निर्माण व्हावी. तसच मी जेव्हा सदाशिवच्या घराकडं निघालो तेव्हा ड्रायव्हर धोंडूला दुसऱ्यदिवशी तुला माझ्या गाडीच्या ड्रायव्हरच्या कामासाठी पाठवण्याची युक्ती त्याला मी सांगितली. त्या युक्तीप्रमाणे तू आलास देखील. पण मी रचलेल्या माझ्या खोट्या मरणाच्या विचित्र प्रकारात तू पूर्णपणे गोंधळून गेलास. त्या रात्री मला चढलीच नव्हती! तर मी वाड्यावर दामुलाही तुझ्यासमोर खोटं बोलून त्याची आई बरी नसल्याचं सांगायला सांगितलं. म्हणजे तुला वाटेल की वाड्यावर तू आणि माझ्या खेरीज कुणी बी नाही आहे. तुला मी जेव्हा तातडीनं माझ्या बंगल्यावर दारूच्या बाटल्या आणण्यासाठी धाडलं तेव्हा माझ्या बायकोनं माझ्या मरणाच्या नाटकाची सगळी तालिम सुरू केली होती. मी खरच गेलो आहे हे खरं वाटावं म्हणून आजूबाजूची गावकरी मंडळी पैसे देऊन आणले होते. तर आता तुला प्रश्न पडला असेल की माझ्या वाड्यावरून माझ्या बंगल्यावर मी तुझ्या आधी कसा पोहचलो? बरोबर ना?! तर तू ज्या माझ्या गाडीतून जात होतास त्या गाडीच्या डिक्कीत मी लपून बसलेलो होतो. तेव्हा तू माझ्या बंगल्यावर पोहचला आणि दारावरची घंटा वाजवत बसला त्या अवधीत मी गपचूप डिक्कीततून उतरून मागल्या दारातून आत शिरलो आणि ठरल्याप्रमाणे माझा मोबाईल माझ्या पत्नीस दिला. तर मधल्या खोलीत सगळ्यांसमोर पांढरा कपडा गळ्यापर्यंत ओढून झोपलो. मग कशी वाटली माझी योजना?!" सरपंच साहेब गण्याला म्हणाले.

"साहेब योजना तर कळली पण एक नाही कळालं कि हे समद कशासाठी केलंत??" गण्या साहेबांना म्हणाला.

"गण्या तुझ्या बाबतीत मला पण एक नाही कळालं आहे की तू सदाशिव पाटलांना आणि समाधानला का बेशुद्ध करून ह्या तळघरात बंदिस्त करून ठेवलं?" साहेब गण्याला म्हणाले.

"मी सांगितलं ना की माझ्या मोटर सायकलनं दोन अपघात झाले ते लपवण्यासाठी मी हे केलं." गण्या म्हणाला.

"साफ खोटं आहे!" (तो येडा म्हणजे उर्फ इन्स्पेक्टर विद्याधर गोखले म्हणाले)

"तू त्यांना अज्ञात इस्मांना मुद्दामून अपघात करून मारलं! सांग का मारलं त्यांना???" सरपंच साहेब ओरडून गण्याला विचारू लागले.

"नाही साहेब! आई शप्पत, माझ्या मोटार सायकलनं चुकून दोन वेळा अपघात घडला. मी चलाखीने त्यांचं शव स्मशानातच लपून ठेवलं होतं. शिवाय माझ्याकडे दोन व्यक्तींची सुपारी होतीच मी त्याचा फायदा स्वतःसाठी करून घेतला." गण्या म्हणाला.

"सुपारी? कोणाची सुपारी? कुणी दिली?" सरपंच साहेब विचारू लागले.

"मला सदाशिव पाटलांना आणि समाधानला बेशुद्ध नाही तर मारून टाकण्याची सुपारी मिळाली होती. मला काही कामधंदा नव्हता तर घरात पैसे नसल्यानं मी ह्या दोघांची सुपारी घेतली. पण... ह्यांना मला मारायचं नव्हतं. तर न मारता मी त्यांना बंदिस्त करून ठेवलं नी चतुराईनं तेव्हा सदाशिव पाटलांच्या आणि समाधानच्या जागी माझ्याकडून घडलेल्या दोन अपघातात झालेल्या मृत शारिरांना मी स्मशानात कोणालाही शंका न येता ठेवून त्यांची विल्हेवाट लावली. त्यामुळे त्यांचा नामोनिशान मिटवला नी मी गुन्हेगार म्हणून वाचलो."

"अरे पण गण्या! कुणी दिली सुपारी तुला?" सरपंच साहेब विचारू लागले.

"सदाशिव पाटील आणि समाधानला त्यांना मारण्याची सुपारी मला सोमनाथची बायको सुनंदाने दिली. हे मी खरं सगळं त्या दोघांना सांगणारच होतो. कारण मी त्या दोघांना मी वाचवलं असं खोटं श्रेय घ्यायचं होतं. पण त्यांची मी घेतलेल्या सुपारीच्या रहस्यानं मला तुरुंगवास भोगावा लागलाच असता. म्हणून मी नाही सांगितलं. शिवाय आत्तार्यंत ती दोघं बंदिस्त खोलीत गुदमरून मरून बी गेली असतील असं मला वाटलं. पण काल मी येथे आलो नी त्यांना पत्ते खेळताना पाहून मला कुणीतरी मला मारण्याचा कट रचत आहे हे मी ओळखलं. म्हणून मी नुकत्याच आलेल्या ह्या येड्यावर बिल फाडून सगळ्यांना येथे आणणारा ह्योच गुन्हेगार हाय म्हणून खोटं सांगून अडकवायचं होतं. पन हा येडा म्हणजे हे इन्स्पेक्टर विद्याधर गोखले आहेत नी मला सापळा रचून अडकवणारा बी हाच असेल असं मला स्वप्नात देखील वाटलं नव्हतं." गण्या आता साहेबांना सगळं खरं खरं सांगून मोकळा झाला होता.

"अच्छा म्हणजे एक तिर मे दो शिकार करायला गेलास तर! एक म्हणजे तुझा घडलेला गून्हा लपवायला आणि नवीन गुन्हा करून वर मोबदलाही घ्यायचा होता! म्हणून तर तुझ्या गाडीसमोर म्हशीला पाठवून तुझाच अपघात मी करवून आणला." साहेब म्हणाले.

(आता अडगळीत दबा धरून बसलेले सदाशिव पाटील आणि समाधान बाहेर आले.)

"पण सुनंदानं आम्हाला मारण्याचा कट रचला तरी का? आम्ही तिचं काय घोडं मारलेलं?" सदाशिव म्हणाला.

"तुम्हाला आणि समाधानला मारून आपोआपच तुमचं घर आणि सगळी संपत्ती तुमच्या आई नंतर ती सोमनाथच्या नावावर होणार होती.

त्यामुळं हा कट तिनं सोमनाथलाही कळू न देता रचला." गण्या सदाशिवला म्हणाला.

"पण माझी बायको रमाबाई?" सदाशिव म्हणाला.

"तिला तर केव्हाच माहेरी पाठवून दिली आहे त्या लोकांनी." गण्या म्हणाला.

"पण सदाशिव पाटील आणि समाधान ह्या बंदिस्त खोलीत गुदमरून न जाता वाचले कसे काय?" गण्या विचारू लागला.

"ज्या दिवशी समाधानला स्मशानात आणलं तेव्हा तुझ्यावर माझं बारीक लक्ष होतं. तुझं समाधानला ह्या स्मशानाच्या जमिनीवरचं दार उघडून ह्या खोलीत टाकताना मी पाहिलं होतं. पण तेव्हा मी काही बोललो नाही. कारण मला तुझा पूर्ण डाव काय आहे तो बघायचा होता. समाधान आणि सदाशिव पाटील स्मशानाखालच्या तळघराच्या खोलीत त्यांना सुखरूप ठेवायची जबाबदारी मी पार पडली. स्मशानाच्या मालकाला तुझ्यापेक्षा जास्त पैसे देऊन मी त्याला ह्या दोघांची चांगली काळजी घेण्याचं सांगितलं त्यामुळे हे वाचले." सरपंच साहेबांनी आता पूर्णपणे त्यांचा सापळा आणि युक्तीवाद कसा होता ते गण्याला सांगितला.

दुसऱ्या दिवशी...

गण्या आणि सोमनाथची बायको सुनंदा आता कारागृहाची कार्यवाहीसाठी तुरुंगात पाठवण्यात आले. तर सरपंच साहेबांच्या चातुर्यावर सर्वांनी तोंडभरून कौतुक व गावागावातून सत्कार समारंभ संपन्न केले.

৩

7

असतील शिते तर जमतील भूते...!

[एक अत्यंत महत्वाची सूचना: हि कथा वाचताना कदाचित आपणास काही व्यक्त्येयांना सामोरे जावे लागेल. कथा वाचत असताना कथा न वाचता यावी यांसाठी अडथळे निर्माण होत असल्याचे आपणास जाणवू लागेल. पण एकदाका ही कथा आपण वाचायला सुरवात केली की पूर्ण करणे आपणास बंधनकारक राहील. कारण कथा अर्धवट वाचणे हे ह्या कथेच्या नियमा विरुद्ध ठरेल. तसेच कथा संपताचक्षणी आपल्या घराच्या दाराची कडी किंवा घंटा वाजली जाईल. तेव्हा दार उघडू नये आणि जर का घराच्या दाराची कडी किंवा घंटा वाजली नाही तर...ह्या तरचं उत्तरही आपल्याला हि कथा संपताचक्षणीच मिळेल.]

ह्या कथेला ३०० वर्षांचा जुना इतिहास आहे. एखादी घटनाच कारणीभूत असते एखादी म्हण प्रचलित होण्यामागे आणि अशीच एक घटना चावडी गावात ३०० वर्षापूर्वी घडली होती. अशी काय घटना घडली होती?, का गावागावानंमध्ये अंधार पडायला लागताच थरकाप उडाया लागायचा?, का समदी लोकं ५:०० वाजताच जेवणं आटपून निजून जायची?

मी दामू केंकरे. वय वर्षे १०३. मी आज जगतोय तेच माझ्यासाठी खूप हाय आणि मी जगलो ह्यातच नवल हाय. मी पण हेच ऐकत आलेलो

की एखाद्या म्हणीच्या पाठीमागे कुठलीतरी कथा दडलेली असते. एका विचित्र घटनेनंतर ह्या चावडीत एका म्हणीचा जन्म झाला. ती म्हण म्हणजे, "असतील शितं तर जमतील भूतं..!"

ह्याचा अर्थ असा हाय की, "एखाद्याकडून फायदा होत असेल तर त्याच्याभोवती सर्व जण गोळा होतात." हा अर्थ लोकांनी लावण्या मागची खरी गोष्ट काय होती? ते मी तुम्हाला सांगतो. त्यादिवशी म्हणजे मी ८ वर्षाचा असताना माझ्या आईला मी हाच प्रश्न विचारला की, "ती घटना नक्की काय होती?"
आणि ती म्हणाली, "दाम्या! (माझी आई माझ्यावर वस्कन ओरडली) आदिच लय उशीर झालाय जेवायला! नसती पिर-पिर कश्यापायी करतो! तुला नय सांगितलं ना की त्या दिस काय झालतं ते ईचारायचं नाय म्हनून? यक ध्यानात ठेवायचं की आपन चावडीवाले गावकरी परंपरे परमाने अंधार पडायच्या आत जेवतो. कारन गावात अंधार पडल्यावर जेवनं म्हणजे जिवास्नी धोका!"

"पण का??? आई हा माझा हट्ट हाय असं समज पण तू मला ती सर्व गोष्ट ऐकव ते बी आत्ताच्या आत्ता! नक्की काय भानगड हाय ह्या गावात?, मी वेशीवर मासे पकडाया गेल्यावर जो तो गावाबाहेरचा गावकरी तलावाच्या त्या बाजूस मला हेच ऐकवतो की तुम्ही चावडीवालेच जबाबदार आहेत..., नी माझं घर बरबाद झालं हाय तुम्हा लोकांमुळं..., तुझ्या आजीमुळे तर आम्ही रोजचे मारतो हाय इथं..., नी म्हणून तुम्हा सर्व चावडीवाल्यांना वाळीत टाकलं हाय...!" (मी माझ्या आईला गावाबाहेरचे लोकं काय-काय आपल्या विषयी बोलतात ते-ते सर्व सांगितलं. जेणेकरून आता तरी ती मला खरी हकीकत सांगेल)

माझी आई चुली जवळ बसून मला जेवणाचं ताट वाढत असताना एकदम रडू आल्याने पदरात तोंड खुपसून हुंदके देऊन रडू लागली. मी तिच्या समोर मांडी घालून बसलो होतो. आई रडत होती पण मला तिच्या हुंदक्यान पेक्षा बी जास्ती माझ्या पोटातल्या भुकेनं पोटात पडलेली खळ खूप महत्त्वाची वाटू लागली.

"आई....! तू तुझा पदर दोन्ही हाताने धरून रड ना! आणि... तुझ्या हातातलं ताट मला दे की! खूप भूक लागली हाय." मी आईला

निर्लज्जपणे विचारलं.

आईने माझ्या समोर ताट आपटलं नी मी आध्याश्यासारखा तोंड कोंबून कोंबून जेवू लागलो. आता मला नक्की हा काय प्रकार हाय तो कळणं गरजेचं होतं. कारण आता हे रोजचं बाहेर गावची लोकं ओरडून-ओरडून आमच्या नावानं दगडमारी करणं मला सहन होत नव्हतं. मी तेव्हा आईला विचारलंच की, "आई! हा काय प्रकार हाय? लोकं रोज रातच्याला बाहेर का पडत नाय? सर्वजण अंधार पडायच्या आत का जेवतात? नी आपली आजी आपल्याबरोबर का रहात नाय? तिला घराबाहेर असलेल्या खाटेवर का नेहमी ठेवते, नी झोपवतेस? अजीला तुला जेवायला द्यायचं नसते का रातच्याला?"

"दामू! तू जेव मुकाट्यानी, नाय तर झोप गुमांन जाऊन!" आई ओरडून म्हणाली. पण मी काही आज ऐकणार नव्हतो. आईला रातच्याला विचारून-विचारून अखेर तिला बोलतं केलंच.

"तुला ऐकायचं हाय ना तर मग ऐक!" माझी आई डोळे पुसत मला म्हणाली. खूप वर्षांपूर्वीची गोष्ट हाय... समदया चावडी गावास्नी ही गोष्ट ठाव हाय. पन कूनी बी काय बी त्या गोष्टीचा उल्लेख बी करत नाय कुणापुढं... ह्या चावडी गावात ज्यो-ज्यो राहत्यो त्यो-त्यो अजून बी हाय तसा हाई. म्हनजी त्याला काही मरन नाय. त्याला काय म्हनतात माहीत हाय? खविस म्हणत्यात खविस... म्हनजी यक प्रकारचं भुतच! खविस ह्यात दोन-तीन परकारच्या जाती आपल्या चावडीत राहत होत्या. पण खूप वर्षांपूर्वी खविसां-खविसांच्यामध्ये खूप मोठ्या हाणामाऱ्या झाल्या. एक खविसाची जात पूर्वीपास्न ह्या आपल्या चावडी गावात रहात होती. ती म्हनजे 'महारा-मातंगांची खविसं'. तसंच त्यापूर्वी ॲबिसियन खविस संपुष्टात येऊन फक्त महारा-मातंगांची खविसं जेमतेम राहिली होती. पण चौदाव्या-पंधराव्या शतकापासून नवीन जात उदयास आली ती म्हणजी 'हबशी खविसं' जी कोकनात ह्या चावडी नावाच्या छोट्या खेडेगावी स्थायिक झाले. ती म्हनजे आपन गावकरी. पण आजूबाजूच्या गावागावात जेव्हा आपली असली जात समजली तेव्हा समद्यांनी चावडीवाले गावकऱ्यांना वाळीत टाकलं. जस जशी हि आपली चावडी गावची लोकं म्हातारी होत जातात तसतशी 'खविस'

बनत जातात. ह्यांना मग आपन फक्त चावडीत रायला द्यायचं.आपल्या गावात त्यापायी कुनी बी आपल्या गावच्या वेशीपर्यंत बी फिरकत नाय. कनचा शराप मिळाला हाय ह्या चावडीवाल्यांस कुनास ठाव?"

"मग ते खातात तरी काय?" मी विचारलं.

"दामू ही खविस म्हातारी लोकं रातच्याला खात नाई.. तर गिलत्यात..."

"काय गिळतात?"

"कुनाला बी गिलत्यात. जे समोर येईल ते... गावा गावातली शेतंच्या शेतं खाऊन सपाट करत्यात, गोदामंच्या गोदामं फस्त करत्यात, घरा-घरा मधी जाऊन एक शित जरी भांड्यात असील तरी ते बी हुडकून खात्यात. ह्या खविसांना रातच्या येळेस काय होतं काय माहीत. नुस्ती खै-खै सुटते त्यांच्या पोटास्नी नी नाकात वास घेत-घेत हुडकत रातच्या येळेसच ही भुतं जे ईल ते खात सुटतात. ह्या आपल्या आजीलाच काय तर ह्या चावडी गावातल्या जितक्या म्हाताऱ्या नी म्हातारे हायेत त्यांना सर्वांना अन्नाचा कण, शिते, खरकटे पडलेले दिसले की त्यावर ही खविसं घोंगावत राहतात आणि जर का घरात उरलेल्या रात्रीच्या जेवनाचा वास आला तर घरात घुसून खात्यात. हि खविसं घरात शिरण्यासाठी पहिल्यांदा दारा बाहेरून किव करून दयेस पात्र ठरत्यात नी यकदा का दार उघडलं की ही खविसं लय हैरान करत्यात. आपल्या गावात तैसा एक येळचं जेवण बी खूप मुश्किल. पण आजूबाजूच्या गावात रातच्या येलेस जर का कुनी घरच्या बाहेर हात धुवून शिते, खरकटे टाकली, जास्तीचं अन्न जर घरा बाहेर टाकलं नी ते खविसांनी जर का हुंडकलं? तर त्यो गेला बाराच्या भावात समजायचं!"

तेवढ्यात "खटक!" असा आवाज झाला. त्या आवाजानं दिव्याची ज्योत पण दचकून विजता-विजता विजायची थांबली नी माझी आई देखील एकाएकी बोलायची थांबली. मी माझ्या तोंडा जवळ धरलेला भाकरीचा घास तोंडात कोंबायचा थांबून राहिलो. माझ्या आईला दरदरून घाम फुटायला लागला होता. आईला काय झालं काय माहीत? तिनं धडाधड जेवणाचं टोप, भांड्यावर झाकणं ठेवून झाकून ठेवायला सुरवात

केली. ह्या वेळेस माझ्या हातातला घास बी हिसकावून घेतला नी माझ्या ताटात टाकून बाजूचा पंचा त्यावर अंथरुन झाकून ठेवला आणि इतर भांड्यांवर झाकाझाकी करू लागली.

"तुला सांगितलं व्हत ना की रातच्याला जेवत जाऊ नको म्हनून? तरी बी मला जेवन कराया बसिवलंस?!!" आई अगदी दबक्या आवाजात माझ्यावर रागवत होती, आणि तितकीच घाबरली देखील होती.

"खटक!खटक!!धडधड! धडधड!!" आता दार धडधडून खटखटू लागलं. दार बाहेरून कुणीतरी तोडतेय की वाजवतेय हेच कळत नव्हतं. इतक्यात आईने दिव्यावर फुंकर मारून दिवा विजवला... आणि एक मिट्ट काळोख घरात पसरला. तरी दारावर धाडधाड खटकणं सुरूच होतं.

"आई दिवा कश्यापायी विजवला???" मी आईला काळोखात विचारलं.

"खविसांना रात्रीचं नीट दिसत नाय; फक्त वासानी हुडकतात तेव्हा तू तुझ्या तोंडातला खास लवकर-लवकर संपव नी हे जेवण काय बी करून आपन दोघं भरभर खाऊन संपवूया. कारन.... असत्याल शितं (अन्न) तर जमत्याल भूतं (खविस)!!!" आम्ही अंधारात अधाश्यासारखे कोंबून-कोंबून जेवू लागलो.

आता दाराचं खटकणं थांबलं. बाहेरून आजी गाणं गुणगुणत असल्याचा आवाज येवू लागला. तो एवढा भेसूर नी भयानक आणि ते बी घरात मिट्ट काळोख असताना....!

आजी बोलू लागली,"आजी हाय म्या तुमची... बाहेर पाऊस लय पडत हाय... घ्या की मला घरात...उघडा की दार...पोरी दाव ना दया... घाल की भाकर मला...सकालपास्नी काय बी नाय दावलं पोटास्नी...लय भूक लागली हाय...पोरा तू तरी तुझ्या आजीस्नी भिक म्हनून तरी घाल काही खायला...पोरा एकटाच खातोस तू?...मला नाय देनार?... मला बी देकी खायला..." (आजी हुंदके देऊन रडत होती)

मला दया आणि आणि न रहावून आईला म्हणालोच, "आई! दे की एक भाकर आजीला..."

आईचं तोंड एकदम गच्च भरलेलं असावं कारण अंधारात मला तिचं तोंड दिसत नव्हतं फक्त ती "हुंह...हुंह..." करत होती. बाहेर विजा

"कडाड-कडाड" कडाडत होत्या नी "गड-गड" गडगडणं बी त्या पोठोपाठ येतच होतं... आमच्या घरात छपरा वरून "टप-टप" तर बाहेर पावसाची एक "सर-सर", तर पाऊस जरा थांबला की बेडकांच्या आया-पोरांचं "डराव-डराव" डरावणं इतकं डरावनं वाटत होतं की "जगतोय की मारतोय" हा एकच प्रश्न शेक्सपिअरच्या नंतर मला बी त्यावेळी पडला होता.

मी जाऊ का घेऊन भाकर आजीला की नको? काय करावं तेच कळत नव्हतं. मी भाकर घेऊन धावलो. चार पावलांवर गेलो असेन तोच....

दार "धाडकन!" उघडलं ....

आणि मी घरात जमिनीवर घसरून पडलो...

(भाकर हातातून उडून चार फरश्या पुढं जाऊन पडली) बहुतेक ह्या आजीनं धाप घातली असावी कारण जेव्हा दार उघडलं गेलं तेव्हा आजी बी दरवाजा उघडताच जमिनीवर आदळली. मला बाहेरच्या विजांच्या कडाडण्याने झालेल्या चमचमाटात दिसलं. बाहेर एकसारख्या विजा कडाडत होत्या. हि आजी आता विचित्रपणे खट्याळ हसत होती. म्या जमिनीवर पडूनच होतो. आजी रांगत-रांगत येताना मी जमिनीवर पडून बघत होतो. आजी हसत होती. तिची बत्तीशी पाहून रातच्याला कुनी बी विजार ओली करावी अशी ती भूत दिसत होती. पण मला त्यावेळी, अशा वेळेस बी मनात एक कविता सुचली :-

"? कडाड...कडा.. ड..ड...? इज दचकावते,
'हसत-गुणगुणत' आजी डोळे मिचकावते,
'गटक-गटक' घशातील कोरड मला माझी आय आठवते,
आयच्या गा.......वा........त......
आजी मधेच गायब होते!!!!!!"

"? कडाड...कडा.. ड..ड...? इज दचकावते,
हळू हळू आजी पुढे सरकावते,
'मिट्ट-मिट्ट' काळोखात सर्व चिडीचूप होते,
आयच्या गा.......वा........त......
आजी धावत किंचाळत येते!!!!!"

मला आजी ती मगासची 'किव वाटावी अशी' आणि आताची ही ह्यो 'खवचटासारखी हसणारी' मला वेगळीच वाटत होती. माझ्या डोक्यात एकच चाललेलं की हि आजी जेव्हा बाहेर होती तेव्हा हिला कसं माहीत झालं कीमी आत जेवत होतं? मला काय सुचलं काय माहित मी उठलो. ती भाकर उचल्ली अन् धावत जाऊन जिथे आजी उंबरठ्यावरनं जी रांगत आत शिरत होती तिच्यावरनं उडी घेऊन मी जो धावत सुटलो...

ती आजी मी भाकर घेऊन पळताना पाहून माझ्यामागे सरसर करून धावत सुटली. आजूबाजूला असलेले सर्व खविसं भाकरीच्या वासावर माझ्यामागे धावायला लागले. आता मला मरावं लागलं तरी बी चालंल पण यांना घेऊन मरीन नी रोजचा काय तो त्रास हाय तो मिटवीन. मी एकटाच जोरदार पावसात झपझप पाण्यात पाय टाकत जंगलात शिरलो. मागे सर्व भुतांची वरात माझ्या मागे होती. जंगलातून वाट काढत-काढत मी एका दरीपाशी आलो. ती भाकर म्या पाण्याने भरलेल्या दरीत टाकली. हे सर्व खविसांनी पाहिली पण एका बी खविसाने दरीत उडी मारली नाय. माझा सगळं बेत फसला. शिवाय आता ही भुतं मला खातील की दरीत टाकून देतील तेच कळत नव्हतं. पण तसं काहीच झालं नाय सगळी खविसं मूर्खासारखी दरीत पडलेल्या भाकरीकडे बघू लागली. आता आलं न माझ्या अंगाशी! सर्व खविसं माझ्या तोंडाकडे पाहू लागले. भयंकर संताप होता त्यांच्या तोंडावर. सर्व घोळका माझ्या जवळ-जवळ येऊ लागला. मी आत गेलो... आता काय मी जगत नाय...तेवढ्यात त्या खविसांच्या घोळक्यातून आजी माझ्यापाशी आली. पाऊस थांबला होता वलं. तिच्या तोंडावर चंद्राचं चांदणं पडलं होतं म्हणून तिच्या तीक्ष्ण सुळ्यासारख्या दातांना तिच्या गलामधूनही बाहेर आलेलं मी जवळून पाहीलं. आजी माझ्या अगदी जवळ आली नी म्हणली, "घाबरु नको तुला आमी काय बी करणार नाय. आम्ही चावडी गावातल्या लोकांस त्रास देत नाय. कारण पूर्ण चावडी गाव भुतांची वाडी हाय नी तू बी एक खविस हाय..."

म्हातारीच्या ह्या वाक्यानंतर मी पुन्हा त्या चावडी गावात काय परतलो नाय. अजून तेथे भुतं आहेत की नाय ते बी माहीत नाय. पण आजकाल अन्नाची जागा पैशाने घेतली हाय. "पैसा झाला मोठा"

म्हणतात ना ते खरं हाय. पैसा मोठा होण्याला जबाबदार आहे तो माणूसच! ह्याच्या गरजा वाढल्या. पहिले चार घास पोटाला मिळणं जेमतेम व्हायचं पण आता पैसा जेथे-जेथे तेथे-तेथे खविसासारखी माणसं पैसा हुडकत येतात. काय मिळतेय का ते पहतात. जर काही पैसा-वैसा मिळणार असेल तर त्याच्याच पाशी, त्याच्या घरापाशी हवरटासारखी चकरा मारीत राहतात. म्हणूनच हि गोष्ट बी सोळा आणे खरी हाय, ह्याचा आर्थ बी तेव्हा पासून आजवर तोच हाय.

पण आता सर्व बदललंय.... फरक इतकाच झालाय की शितांची जागा पैश्याने घेतली हाय, भुतांची जागा खविसांसारख्या माणसांनी घेतली हाय...!

मी आता १०३ वर्षाचा हाय पण खविस असून बी कुनालाच काही घाबरवत नाय. फक्त गावच्या वेशीबाहेर बसून असतो. पण मला रातच्या वेळेस काय होते काय कुणास ठाऊक? कुणाच्या घरात मला जेवणाचं आमंत्राण असो वा नसो मी काही ना काही कारण साधून त्याच्या घरात शिरतोच! नी जोपर्यंत ती लोकं जेवायला मला वाढत नाय तोपर्यंत गप्पा मारत बसून राहतो.

तर काय बेत हाय तुमच्याकडं आज रातच्याला? जेवणं झाली की हात आडोश्याला धुवू नका! आणि उरलेलं अन्न घरात ठेवू नका.... कारण जर का रातच्याला माझ्या नाकपुड्यानी काही हुडकलं? तर तुमच्या घरात मी शिरलोच म्हणून समजा!

कारण???

असतील शिते तर... जमतील भूते...!

****

8

गावाकडलं भूत

वेळ रात्रीची...

खपरे बाबा जीव तोडून किंचाळत होते तर त्यांच्या दबलेल्या, बाहेर नीट न पडता येणाऱ्या, घोगऱ्या आवाजात त्या चार मुलांना ओरडून सांगत होते की, "नका रं पोरांनो! नका जाऊ... (खोकत) पोरांनो माघारी फिरा!!! त्याच्या पाठी जाऊ नका रे... त्याची मस्करी नका करू!... त्यो... त्यो... माणूस नाय....! त्यो... त्यो... भूत हाय...!!!"

मी खपरे बाबांच्या बाजूला उभा राहून माझ्या ओठांचा कुकरच्या शिट्टीसारखा आकार नी फुसफुसणारा आवाज करत मी जे भोकाड पसरलं त्यानं खपरे बाबा त्या चार मुलांना समजवायचं सोडून मला शांत करण्यात जुटले. मग मी स्वतःच शांत होऊन "त्या चार मुलांना पहिले थांबवा!" म्हणून खपरे बाबांना सांगू लागलो.

"मी खूप ओरडलो रे बाळा त्यांना (खोकत) पण.. पोरं काही ऐकत नाही आहेत माझं... जाऊ दे त्यांना... घोंगडीवाला बाबा जेव्हा त्यांना त्यानं डोक्यावर ओढलेल्या घोंगडीत घेऊन गिळून टाकेल ना तेव्हा कळेल त्या पोरांना!" खपरे बाबा म्हणाले.

आणि... म्हटल्याप्रमाणे...

त्या घोंगडीवाला बाबानं चारही पोरांना त्याच्या आसपास टवाळकी करत असल्याचं पाहून त्यानं आपलं घोंगडं हवेत भिरकावलं... घोंगडं उडून त्या पोरांना अच्छादलं आणि चारहीच्या चारही पोरं घोंगडी अंगावर

पडल्या बरोबर गायब!!!

....

त्या दिवसानंतर ते माझे मित्र म्हणजे ती चार मुले मला कधी गावात दिसली नाहीत. तर मी कधी त्या जंगलाच्या दिशेने फिरकलोच नाही. तशीपण परत कधी वेळच आली नाही. कारण माझ्या बाबांना चांगली नोकरी मुंबईच्या एका रबराचे चेंडू बनवण्याच्या कारखान्यात लागली. तेव्हा मी ७ वर्षाचा होतो. आम्ही रत्नागिरीहुन मुबईला शिफ्ट झालो. गावाकडे कधी काही काम असेल तर बाबाच जायचे. कारण मुंबईच्या वाढत्या महागाईमुळे बाबांना सगळ्यांना गावाकडे नेणं परवडायचं नाही. तर तसं पण मला गावाकडे जाण्याची काही ओढ किंवा आतुरता कधी वाटली नाही. कारण गावाला पाहिलेल्या त्या घोंगडीवाल्या बाबामुळे !

३० वर्षानंतर....

"तुम्ही डबा घेतलात का?" माझी बायको किचन मधुन येत मला म्हणाली.

"तू देशील तर मिळेल ना!" मी ऑफीसला जाण्याच्या तयारीत असताना शूज घालताना हिला म्हणालो.

"समोरच आहे तुमच्या! हा घाला गळ्यात डबा पहिल्यांदी नाहीतर राहून जाईल." असं म्हणत हिने माझ्या गळ्यात जेवणाचा डबा अडकवला.

"चल येतो मी!" मी घराच्या बाहेर पडायला लागलो. मी माझ्या स्कूटरवर बसलो आणि जाणार तेवढ्यात हि धावत आली, "अहो तुम्ही मन्याला का नाही घेतलंत तुमच्या बरोबर?"

"अगं मन्याला का घेऊ मी स्कूटरवर?"

"आज पासून त्याची परीक्षा नाही का सुरू होत? आणि काल तुम्हाला म्हणाले होते की ऑफीसला जाताना मन्याला पण घेऊन शाळेत सोडा म्हणून!" हि माझ्या पाठीला मन्याचं दप्तर अडकवत म्हणाली.

आम्ही दोघं स्कूटर वरून निघालो.

"पपा आपलं गाव कुठलं?" 'मन्या' माझा ७ वर्षाचा मुलगा मला म्हणाला.

"का रे?" मी स्कूटर चालवत असताना म्हणालो.

"सांगा ना पपा?"

"रत्नागिरीमध्ये कुठेतरी एका खेडे गावात आहे."

"रत्नागिरी कुठे आहे?"

"मन्या! काय झालं? का तू गावाबद्दल सारखं विचारतो आहेस?"

"पपा परीक्षा संपली की माझे सगळे मित्र गावाला जातात मग आपण का नाही जात कधी गावाला?"

ह्या प्रश्नाचं उत्तर माझ्याकडे सुध्दा नव्हतं तर त्याचा हाच प्रश्न आता मला देखील पडला की आपण का कधी नाही गेलो गावाला? माझे बाबा येथे मुंबईत आल्यापासून आम्हाला कधी त्या गावाकडे घेऊनच नाही गेले. तर गाव कसं असतं हे मला सुध्दा आता फारसं काही आठवत नाही आहे. हो पण! आठवतं आहे ते फक्त तो घोंगडीवाला बाबा. तो प्रसंग अजुन माझ्या अंगावर काटा आणणारा होता जो मला अजुन पुसटसा आठवत होता. कितींदा तो घोंगडीवाला बाबा माझ्या स्वप्नांत देखील येऊन गेला.

मी मन्याला शाळेत न घेऊन जाता एका आईसक्रीम पार्लरवर घेऊन गेलो. त्याला त्याचं आवडतं आईसक्रीम घेऊन दिलं आणि आम्ही दोघं तेथेच बसून खाऊ लागलो.

"पपा आईसक्रीम का हो दिलं?"

"हे बघ! मी आता जे काही सांगणार आहे ते नीट समजून घेऊन ऐक! मी तुझ्या वयाचा होतो ना तेव्हा गावालाच रहायचो. पण माझे बाबा मुंबईत आले आणि आम्ही तेव्हापासून कधी गावाला गेलोच नाही."

"का पपा का नाही गेलो आपण गावाला?"

"कारण कधी काही गरज पडली नाही गावाला जायची."

"पण पपा तुम्हाला नाही वाटत का की आपण गावाला जायला हवंय?"

"नाही!" मी आईसक्रीमचा शेवटचा घास कप मधून खात म्हणालो.

"पण का?" मन्या आता मला वैतागून विचारू लागला.

"कारण मी घाबरतो गावाला जायला."

"कोणाला घाबरता तुम्ही?"

"त्या...त्या..."

"हा सांगा पपा!"

"त्या घोंगडीवाला बाबाला!" मी खाली मान घालून मन्याला सांगितलं.

"घोंगडीवाला बाबा!!!???" मन्यानं आच्छार्यान विचारलं.

"हो घोंगडीवाला बाबा!"

(मन्या जोरजोरात हसू लागला) "पपा तुम्ही भुताला घाबरता??"

"हसू नको रे मन्या! घाबरत नाही रे... थोडासा भितोय."

"म्हणजे घाबरताच! मी तर मुळीच नाही घाबरत भुताला!"

"मन्या! माझ्या मनातून घोंगडीवाला बाबाची भिती काही अजुन गेली नाही आहे."

"पपा! डोन्ट वरी..! आपण गावाला जाऊया... मग तुमची भिती पण जाईल आणि मी माझ्या मित्रांना सांगू शकतो की मी सुध्दा माझ्या गावाला गेलो होतो."

मन्याच्या परीक्षा संपल्या आणि नाही नाही म्हणता आम्ही मन्याच्या खातर गावाला जायला निघालोच!

रत्नागिरी

रत्नागिरीला आम्हाला नाव (बोट) करावी लागली कारण समुद्रातून आम्हाला जायचं होतं.

"आपण रत्नागिरीत आहोत हे सांगण्यासाठी ज्योतिषाची गरज नाही." आम्ही ज्या नावेत बसलो होतो त्यातले नाव चालवणारे काका तोंडातली चिकूची बी तोंडातून पाण्यात टाकत (त्याचा 'डूबुक' असा आवाज आला) आम्हाला म्हणाले. हे काका म्हणजे कोकणातील सुरकुत्या पडलेले, झाडावरचे हापूस आंब्याप्रमाणे पिकलेले एक गृहस्थ होते. त्यांनी अजुन गावचा खऱ्या मधुर आणि तितक्याच तिरसट स्वभावाला टिकवून ठेवलेलं होतं. डोक्यावर पांढरी टोपी, अंगात बिन हाताचा स्वेटर, गळ्यात मफलर, सुकलेल्या नारळाच्या काथ्यान सारख्या पांढऱ्या मूछ्या नी पांढरे केस. एकसारखे दोन्ही हाताला चोळणारे त्यांचे हात तोंडाच्या वाफेची ऊब मिळतेय का ते पाहत होते.

"हो हो!" माझी बायको त्यांना म्हणाली.

त्या काकांनी त्यांची नाव सुरू केली. नावेच्या मोटरचा आवाज खूप येत असला तरी लाटांचा नावेवर आदळणारा आवाज ही तितकाच येत होता. पण तरी मनाला प्रचंड शांतता लाभत होती.

"आपण गावात कधी पोहचणार?" मन्यानं विचारलं.

आपलं गाव हे एक बेट आहे बेट! बाळा तू खूप आतुर झालेला दिसतोय गावाला जायला?" त्या गृहस्थाने मन्याला विचारले.

"हो काका! मी पहिल्यांदाच गावाला चाललो आहे."

"अच्छा अच्छा! ते बघ! समोर अथांग नदी... चमचमणारं पाणी... नारळी पोफळीच्या बागा... त्या मधोमध आहे आपलं गाव! तर चारही दिशांना फक्त पाणी...पाणी...आणि पाणी!

"काका ही नदी कुठली?" मी विचारलं.

"हि राजापूरची नदी! ही अर्ध चंद्रकार नदी जेथे आकार घेते आहे ना, तेथेच आहे आपलं हे जूवागाव!" ते गृहस्थ म्हणाले.

"हे समोर जे दिसतोय ना ते आहे जैतापुर (ते गृहस्थ समोर बोट दाखवून आम्हाला सांगत होते) आणि हा समोर दिसतोय तो आपला जुवागाव! जवळ जवळ ७५ हेक्टर क्षेत्रफळावर पसरलेलं हे गाव!

कांदळ वनाच्या भूलभुलैया मधून आम्ही बाहेर पडलो. आता वाट काढत काढत आम्ही ह्या जुव्यात पोहचलो.

नाव किनाऱ्याला लागली. ते गृहस्थ आमच्या बॅगा त्या नावेतून खाली जमिनीवर उतरवत सांगत होते की, "ह्या बेटावर एक पण वाहन नाही आहे."

"वाहन नाही???" माझी बायको अवसान गळून पडल्याप्रमाणे हातातल्या बॅगा खाली टाकत म्हणाली.

"अगं बैलगाडी वैलगाडी असेल गं! ते मोटर गाडी वाहना विषयी बोलत आहेत." मी हिला समजावून सांगितलं.

"अच्छा अच्छा असं होय!" हि म्हणाली.

"आणि आणखी एक गोष्ट सांगतो ती म्हणजे... गावात फक्त १०७ घरं आहेत नी गावची लोकसंख्या फकस्त ७७!"

मला त्यांना विचारावसं वाटत होतं की त्या ७७ जणांत तो... तो...घोंगडीवाला बाबा आहे काय? पण नाही विचारलं कारण आता त्या

गोष्टीला फार वेळ होऊन गेला होता. अजुन तो घोंगडीवाला बाबा कसा असेल? असा मी मनात विचार केला.

सकाळचं कोवळं उन पडलं होतं. गावचा थंडगार वारा, झुळणाऱ्या झाडांच्या फांद्या तर त्यांनी केलेली सळसळ नी पक्ष्यांची किलबिल ह्या खेरीज दुसरे काही ऐकावेसे वाटत नव्हते. गावातून चालताना घरा बाहेरच्या चुलीवर नुकत्याच पेटवलेल्या सरपणाचा धूर, घरा बाहेरच्या रांगोळ्या, कोबड्या, शेळ्या, गायी, मेंढ्या नी नारळाच्या झाडांच्या बागा ह्या खेरीज दुसरं काही बघावंस वाटत नव्हतं. त्या साध्या सरळ लोकांत तर सामान्य राहणी मानात, नी माझ्या स्वतःच्या घरात सदैव असेच रहावे ह्या खेरीज दुसरं कुठं जावेसे वाटत नव्हतं.

दुपारची जेवणं आटोपली. आम्ही माझ्या चुलत काकांकडे दोन दिवसांसाठी मुक्कामाला गेलो होतो. आज संध्याकाळी बाजूच्या गावची माझी मित्र मंडळी मला भेटायला येणार होती.

संध्याकाळी...

"अरे चल की... शाळेत असताना नाही का आपण आंबे तोडायला जायचो? मंदिराच्या मागच्या झाडापाठी तर जायचं आहे! तर मग चल की आता." माझा एक मित्र मला म्हणाला.

"हो चलच तू!" माझा दुसरा मित्र मला म्हणाला.

"ओके! चला तर मग!" मी त्यांना म्हणालो.

"पपा मी पण येऊ तुमच्या बरोबर!" मन्या मला म्हणाला.

"चल!"

आम्ही म्हणजे माझे दोन मित्र आणि माझा मुलगा मन्या आम्ही चौघं देवळाच्यापाठी असलेल्या आंब्याच्या झाडाखाली गप्पा मारत बसलो. तर दगडं मारून आंब्याच्या झाडावरच्या कैऱ्या तोडण्याचा प्रयत्न देखील केला, पण निष्फळ ठरला. आता एव्हाना रात्रीचे ८-८:३० वाजले असतील. ते माझे दोघं मित्रही त्यांच्या घरी जाण्यास निघाले.

"येऊ का तुला सोडायला घरापर्यंत?" माझा एक मित्र मला म्हणाला.

"नको रे! मला रस्ता ठावूक आहे. तूम्ही जा घरी पहिले. तुम्हा दोघांना माझ्यापेक्षा जास्त लांब जायचं आहे." मी माझ्या मित्रांना म्हणालो.

माझे मित्र त्यांच्या गावच्या वाटेने गेले, तर मी आणि मन्या आम्ही दोघं घरी जाण्यास निघालो. मन्याला मी माझ्या लहापणापासूनच्या सगळ्या आठवणी सांगत माझ्या गावच्या घरी परतत होतो.

"मन्या ती बघ! ती दिसतेय ना! ती माझी शाळा."

"हि शाळा?? अशी??"

"हो! आणि ते रस्त्याच्या समोर दिसतेय ना! ते हे पटांगण! येथे आम्ही दुपारी शाळा सुटल्यावर माझ्या ह्या मित्रांबरोबर खेळायला यायचो. तर संध्याकाळ होईस्तोवर खेळत बसायचो."

"आता कुणीच नाही आहे पटांगणात!" मन्या म्हणाला.

"आता रात्र झाली ना म्हणून! सगळी पोरं येथे खेळून त्यांच्या त्यांच्या घरी परतली आहेत."

"पपा मला चालण्याचा खूप कंटाळा आला आहे."

"ते तेथे समोरच तर आहे १० मिनिटांवर आपल्या काकांचं घर! आम्ही तुझ्या एवढे होतो तेव्हा किती चालायचो."

"पपा.... प्लिज!"

"ओके! चल मी तुला एक शॉर्ट कट दाखवतो तेथून गेलो की आपण लवकर पोहचू!"

वेळ इतकी पण काही रात्रीची नव्हती पण एकदाका गावा ठिकाणी रात्र झाली की समोरचं काय बी दिसत नाय, इतका अंधार होऊन जातो. अजुन सुध्दा गावात रस्त्यावरची लाईट नव्हती. पण प्रत्येक दुकानदारांनी, गावकऱ्यांनी त्यांच्या त्यांच्या घरा पुढे एक बल्ब लावला होता. म्हणून रात्र झाली तरी प्रचंड अंधार नसायचा. पण आता मी मन्याला लवकर घेऊन जाण्यासाठी जो शॉर्ट कट घेतला त्या ठिकाणी वस्ती कमी आणि झाडी-झुडपं जास्त असल्याकारणनें आता जरा मलाच वाटू लागलं की मी येथून का आलो? पण आता माघारी फिरू शकत नव्हतो. कारण मला गावचं काहीच माहिती नाही, असं ह्या मन्याला वाटायला नको म्हणून मी त्या झाडी झुडपातून वाट काढत मन्याला घेऊन पुढे पुढे सरकत राहिलो. अंधार आता वाढत जाऊ लागला. पण सुदैवानं चंद्राचं चांदणं पडलं होतं म्हणून चालताना अंधार जाणवत नव्हता. चहू बाजूस रातकिड्यांची किरकिर, नुकत्याच

निजायला आलेल्या पक्ष्यांची चिरचिर, वाऱ्याच्या झुळकेने केलेली सुळसुळ, आमच्या दोघांच्या चालताना सुकलेल्या पाला पाचोळ्यावर आमच्या पावलांनी केलीली चूरचूर, मन्याची एकसारखी लावलेली कुरकुर नी माझ्या मनाला आता लागलेली हुरहूर ह्यामुळे मी बरोबर वाटेने जात आहे ना ह्यात माझी मलाच शंका येऊ लागली. पण सुदैवानं मला झाडीतून वाट काढत जात असताना समोर आमची वस्ती दिसली.

"ती बघ मन्या! आपली वस्ती. मी म्हणालो होतो ना की हा शॉर्टकट आहे!"

"पण पपा इतकी झाडं-झूडपं?!"

"आता इतकी वर्षे कोणी ह्या वाटेचा वापरच नाही केला शिवाय बरीचशी घरं येथे बंद आहेत. म्हणजे १०७ एकूण घरं आहेत पण रहिवाशी केवळ ७७!'

"बाकीची लोकं कुठे गेली?"

"मला वाटतं काही आपल्याप्रमाणे मुंबईत रहायला गेली असावीत."

बोलता बोलता अचानक काहीतरी घडलं. मला प्रचंड मोठ्यानं कोणीतरी मागे ओढल्यासारखं वाटलं. मी हवेत उडतोय की तरंगतो आहे अशाप्रमाणे वाटू लागलं. हाताला आणि डोक्याला जोरात लागलं. मी घाबरून किंचाळलो. मन्याला काय झालं तेच समजत नव्हते. तर पपा कुठे आहेत तेच कळत नव्हतं. माझ्या पायाला एका दोरीचा फास बसलेला नी झाडाच्या एका फांदीनं मला घेऊन वर लटकत ठेवलं होतं. हा एक प्रकारचा फास होता जो पूर्वी पासून शेतातली डूकरं पकडण्यासाठी वापरायचे. आता मी त्या फास्यात अकडून झाडाला लटकलो गेलो होतो.

"पपा तुम्ही वर झाडावर कसे लटकलात हो?!"

"मन्या हा मला वाटते एक जनावरांना पकडण्याचा सापळा होता ज्यावर मी पाय दिला नी त्यात मी फसलो आहे रे!"

"थांबा! मी तुम्हाला सोडवण्यासाठी कुठे मदत मिळतेय का ते पाहतो." असं म्हणून मन्या समोरच्या पायवाटेने पुढे पुढे जाऊ लागला.

"मन्या जास्त पुढे पुढे जाऊ नकोस! हरवशील तू!"

"पपा समोर एक माणूस उभा आहे. मी त्याला बोलवतो तुम्हाला सोडवण्यासाठी." असं बोलून मन्या त्या माणसाकडे धावत गेला.

आता माझ्या तळपायाला घाम सुटला तर माझ्या कपाळावर घामाचे टपोरे थेंब जमायला सुरुवात झाली. कारण समोर काही अंतरावर उभा असलेला माणूस म्हणजे एक डोक्यावर घोंगडी घेतलेला कोणीतरी होता. "हा तर तो तर नाही ना?!!!" मी माझ्या मनाशी म्हणालो. तो माणूस मन्या त्याच्या दिशेने येताना पाहून मागे वळला, नी हळूहळू दुसऱ्या वाटेने चालू लागला. त्याच्या मागे मन्या जाऊन त्याला काहीतरी विचारत होता. आता माझ्या डोक्यातल्या एका नसेने ठणकायला सुरुवात केली नी ३० वर्ष जुनी स्मृती शोधून काढून मला दाखवायला सुरुवात केली. हा तसाच प्रसंग पुन्हा घडतोय असं मला दिसू लागलं. जेव्हा माझे ते हरवलेले चार मित्र असेच त्या घोंगडीवाल्या बाबाच्या मागे मागे जात असताना अचानक त्या घोंगडीवाल्या बाबानं त्यांची घोंगडी त्यांच्या अंगावर टाकून त्यांना त्याच्या घोंगडीत गायब केलेलं. आता माझा पोरगा त्या बाबाच्या मागे मागे तर नाही ना जात आहे? माझी ट्यूब एकदम पेटली नी मी "मन्या!!! मन्या!!! पळ तेथून तो घोंगडीवाला बाबा आहे!" असं मन्याला ओरडून सांगू लागलो. पण मी उलटा लटकलो असल्यानं माझ्या घशातून जोरात आवाज निघत नव्हता. आता मी जास्त घाबरलो. माझा पोरगा आता ह्यांनी गायब करायला नको म्हणून मी अतोनात स्वतःला सोडवण्याचा प्रयत्न करू लागलो. मी कसंबसं करून मी माझ्या पायाला बसलेली दोरीची गाठ सोडवण्यात यशस्वी झालो. मी जशी गाठ सोडवली तसा मी दाणकरून जमिनीवर पडलो. मी जोरात किंचाळलो. माझ्या ढोपऱ्याला जोराचा मार लागला. ज्यामुळे मी काही उभा राहू शकत नव्हतो. मी सरकत सरकत पुढे पुढे जाऊ लागलो. आता समोर तो घोंगडीवाला बाबा आणि मन्या त्याच्या पाठोपाठ जाताना मला दिसत होता. मी रडत होतो. पण घाबरून माझ्या गळ्यातून जोराचा आवाजच फुटत नव्हता.

समोर घोंगडीवाला बाबा लांब लांब जात होता आणि माझा पोरगा मन्या सुध्दा...! माझा मन्या माझ्यापासून आता हरवून जाईल... गायब होईल! ह्याची धास्ती मला लागून राहिली होती.

त्या घोंगडीवाल्या बाबानं अचानक हवेत त्याची घोंगडी भिरकावली. ती माझ्या मन्याच्या डोक्यावर पडून मन्या त्यात सामावला नी....

मन्या गायब.....!

मन्या गायब झाला म्हणून मी ओक्साबोक्सी रडायला लागलो. जमिनीवर हात पाय आपटायला लागलो. रडत रडत मी पुन्हा त्या घोंगडीवाल्या बाबाकडं पाहिलं तर तो घोंगडीवाला बाबा लांबूनच माझ्या दिशेने येत असल्याचं दिसत होतं. मी तेथेच जमिनीवर पडून त्याला बघत होतो. पण काय आच्छर्य! हा इतका छोटा आकाराचा घोंगडीवाला बाबा कसा? असा विचार करत असताना तो जवळ आल्यावर समजलं की घोंगडीवाला बाबा नाही तर हा तर माझा मन्या! मन्याला समोर पाहिलं आणि माझ्या जीवात जीव आला. मी त्याला जवळ घेतलं नी कसाबसा उठून आम्ही घरी जाऊ लागलो.

"काय झालं मन्या त्या घोंगडीवाल्या बाबानं तुला काही केलं तर नाही ना?"

"नाही पपा! तो खरच घोंगडीवाला बाबा होता त्या गोधडीत. कारण त्या गोधडीत कोणीच नव्हतं. नुसती गोधडी अधांतरी तरंगत जात होती. मी जेव्हा त्याच्याशी मदतीसाठी विनवण्या करत होतो तेव्हा ती व्यक्ती काहीच बोलत नसून नुसती पुढे पुढे जात होती. म्हणून मी पुढे जाऊन त्यांचं तोंड पाहिलं तर गोधडीत कुणीच नव्हतं. तेव्हा मला समजलं की हा तुम्ही मला सांगितला ते भूत म्हणजे तो घोंगडीवाला बाबा आहे. मी पुन्हा मागे जाणार तितक्यात त्यानं माझ्या अंगावर त्याची घोंगडी टाकली. पण मी त्यात न अडकता सहज इथपर्यंत आलो."

"म्हणजे तू शेवटी त्या घोंगडीवाल्या बाबाला बघितलंस?"

"हो पपा! पण पपा कुछ भूत अच्छे होते हैं!"

"कुछ भूत अच्छे होते हैं!" हे कसं काय? ह्याचा थांगपत्ता मला दुसऱ्या दिवशी लागला. तो असा कि, मी दुसऱ्या दिवशी सकाळी गावकऱ्यांना भेटून घेतलं. तेव्हा असं कळालं की रात्रीच्या वेळेस हा घोंगडीवाला बाबा गावभर भटकत असतो. पण त्याच्याशी कोणी टवाळकी करत असेल, ज्याची कर्मे चांगली नसतील त्याला तो गावातून गायब करीत असे. म्हणूनच आतापर्यंत गावची लोकसंख्या केवळ ७७ उरली होती. बहुतांशी घरं लोकं गायब झाल्यामुळे तर ह्या अशा गायब होण्याच्या प्रकारामुळे बहुतांशी गावकरी सोडून दुसरीकडे स्थायिक झाले होते. मन्या हा

निरागस असल्यामुळे त्याची वाईट कर्मे काहीच नव्हती, तर तो मला वाचवण्यासाठी त्याच्याकडं विनवण्या करत होता. म्हणून त्याला त्या घोंगडीवाल्या बाबानं घोंगडीत गायब न करता त्याला सोडून दिलं होतं. असं येथील गावकऱ्यांनी अनुमान काढलं.

दोन दिवसांनी

आम्ही पुन्हा रत्नागिरीहून मुंबईला जाण्यासाठी नावेत बसलो. ह्यावेळीही पुन्हा तेच गृहस्थ नाव चालवत होते, जे मागच्या वेळेस होते. नाव जुव्यागावच्या किनाऱ्या वरून निघून दुसऱ्या किनाऱ्याला लागली. आम्ही आमच्या बॅगा घेतल्या नी किनाऱ्यावरून त्या गृहस्थांना २०/- रुपये दिले.

"परत या...! (खोकत) राम! राम!!" ते गृहस्थ म्हणाले. नी त्यांच्या त्या खोकलण्यानं माझ्या डोक्यात पुन्हा एकदा खळबळ माजली.

त्यांनी एका हातानी नमस्कार करून निरोप घेतला. नाव रिकामी पुन्हा आमच्या गावच्या दिशेनं निघाली. चालता चालता वळून मी पुन्हा-पुन्हा डूबणाऱ्या सूर्याला नी नावेला पाहिलं. तर... आता ते नाव चालवणारे गृहस्थ डोक्यावर घोंगडी घेऊन गावाकडे जाणाऱ्या नावेत उभे होते. मी मन्याच्या खांद्यावर हात ठेवला. त्यानं माझ्याकडे मान वर करून पाहिलं. तेव्हा मी त्याला म्हणालो, "कुछ भूत अच्छे होते हैं!"

आज माझ्या मनातून घोंगडीवाल्या बाबाची भिती पूर्णपणे काढून टाकण्यात माझ्या ७ वर्षाच्या मन्यानं मदत केली होती. तर माझ्या ह्या वाक्यावर मन्याचं ते स्मित हास्य मला बरच काही सांगून आणि शिकवून गेलं होतं....

आगामी प्रकाशित होणारे

"क्लोज फ्रेंड" लवकरच प्रकाशित होणार आहे. तत्पूर्वी ह्या पुस्तकातील काही कविता साँग स्वरूपात युट्यूब चॅनेल वर प्रसिद्ध

झालेल्या आहेत. ते खालील QR कोड वर क्लिक करून ऐकावे आणि पहावे.

Nitesh Thokal Music

@NiteshThokalMusic

Made in the USA
Monee, IL
23 August 2025

23974472R00100